அப்போதும் கடல் பார்த்துக்கொண்டிருந்தது

எஸ். ராமகிருஷ்ணன்

தேசாந்திரி பதிப்பகம்

தேசாந்திரி பதிப்பக வெளியீடு: 63

அப்போதும் கடல் பார்த்துக்கொண்டிருந்தது சிறுகதைகள்
எஸ்.ராமகிருஷ்ணன்

மூன்றாம் பதிப்பு: ஆகஸ்ட் 2025

தேசாந்திரி பதிப்பகம்,
டி-1, கங்கை அப்பார்ட்மெண்ட்,
110, 80 அடி ரோடு, சத்யா கார்டன்,
சாலிகிராமம், சென்னை 600 093.
தொலைபேசி: 044 23644947.
விலை: ரூ.150

Appothum kadal Parthukkondirunthathu - Short Stories
S.Ramakrishnan ©

Third Edition: Aug 2025, Pages: 144
Size: Demy 1x8, Paper: 18.6 kg maplitho

Published by :
Desanthiri Pathippagam
D-1, Gangai Apartments,
110, 80-Feet Road, Satya Garden, Saligramam,
Chennai - 600 093, Ph: 044 2364 4947
Email : desanthiripathippagam@gmail.com
www.desanthiri.com

ISBN: 978-93-87484-18-4

Book Design: R. Prakash
Wrapper Design: Manikandan
Printed by: Ramani Print Solution, Chennai.

Price: Rs. 150

எஸ். ராமகிருஷ்ணன்

எஸ். ராமகிருஷ்ணன், விருதுநகர் மாவட்டம் மல்லாங்கிணறு கிராமத்தில் 1966இல் பிறந்தார். முழுநேர எழுத்தாளரான இவர் தற்போது சென்னையில் வசிக்கிறார்.

சிறுகதைத் தொகுப்புகள்: வெளியில் ஒருவன் சிறுகதை தொகுப்பு, காட்டின் உருவம் சிறுகதை தொகுப்பு, தாவரங்களின், உரையாடல் சிறுகதை தொகுப்பு, வெயிலை கொண்டு வாருங்கள் சிறுகதை தொகுப்பு, பால்யநதி சிறுகதை தொகுப்பு, நடந்து செல்லும் நீருற்று சிறுகதை தொகுப்பு, பெயரில்லாத ஊரின் பகல்வேளை சிறுகதை தொகுப்பு, பதினெட்டாம் நூற்றாண்டின் மழை சிறுகதை தொகுப்பு, நகுலன் வீட்டில் யாருமில்லை சிறுகதை தொகுப்பு, அப்போதும் கடல் பார்த்து கொண்டிருந்தது சிறுகதை தொகுப்பு, புத்தனாவது சுலபம் சிறுகதை தொகுப்பு, மழைமான் சிறுகதை தொகுப்பு, காந்தியோடு பேசுவேன், எஸ்.ராமகிருஷ்ணன் கதைகள் (தொகுதி—1) எஸ்.ராமகிருஷ்ணன் கதைகள். (தொகுதி—2) ஸ்.ராமகிருஷ்ணன் கதைகள். (தொகுதி—3) குதிரைகள் பேச மறுக்கின்றன, நீரிலும் நடக்கலாம், என்ன சொல்கிறாய் சுடரே, சைக்கிள் கமலத்தின் தங்கை, தனிமையின் வீட்டிற்கு நூறு ஜன்னல்கள், சிவப்பு மச்சம்.

நாவல்: உப பாண்டவம் நாவல், நெடுங்குருதி நாவல், உறுபசி நாவல், யாமம் நாவல், துயில் நாவல், நிமித்தம் நாவல், சஞ்சாரம், இடக்கை, பதின்.

சினிமா: உலக சினிமா, இருள் இனிது ஒளி இனிது, அயல் சினிமா, பதேர் பாஞ்சாலி, சாப்ளினோடு பேசுங்கள், பேசத்தெரிந்த நிழல்கள், பறவைக்கோணம், சாமுராய்கள் காத்திருக்கிறார்கள், நான்காவது சினிமா, குற்றத்தின் கண்கள், காட்சிகளுக்கு அப்பால், பெயரற்ற நட்சத்திரங்கள்.

கட்டுரைத் தொகுப்புகள்: துணையெழுத்து, கதாவிலாசம், தேசாந்திரி, கேள்விக்குறி, சிறிது வெளிச்சம், இந்தியவானம், உணவு யுத்தம், ஆதலினால், இலைகளை வியக்கும் மரம், மலைகள் சப்தமிடுவதில்லை, காற்றில் யாரோ நடக்கிறார்கள், வாசக பர்வம், குறத்தி முடுக்கின் கனவுகள், காண் என்றது இயற்கை, ரயிலேறிய கிராமம், இலக்கற்ற பயணி, இன்றில்லை எனினும், வீடில்லாபுத்தகங்கள், செகாவ் வாழ்கிறார், புல்லினும்

சிறியது, ஹிரோஷிமாவில் மணிகள் ஒலிக்கின்றன, நிலம் கேட்டது கடல் சொன்னது, கடவுளின் நாக்கு, நிலவழி, உலகை வாசிப்போம், எழுத்தே வாழ்க்கை, உலக இலக்கியப் பேருரைகள், ரயில் நிலையங்களின் தோழமை, கதைகள் செல்லும் பாதை, என்றார் போர்ஹே, நம் காலத்து நாவல்கள், அதேஇரவு அதே வரிகள், விழித்திருப்பவனின் இரவு, செகாவின் மீது பனி பெய்கிறது, கலிலியோ மண்டியிடவில்லை, எனதருமை டாலஸ்டாய், வாக்கியங்களின் சாலை, காப்கா எழுதாத கடிதம், கூழாங்கற்கள் பாடுகின்றன, சித்திரங்களின் விசித்திரங்கள், பிகாசோவின் கோடுகள், ஆயிரம் வண்ணங்கள்.

நேர்காணல்கள்: எப்போதுமிருக்கும் கதை, பேசிக்கடந்த தூரம், எஸ்.ராமகிருஷ்ணன் நேர்காணல்கள்.

குழந்தைகள் நூல்கள்: ஏழு தலை நகரம், கிறுகிறுவானம், கால்முளைத்த கதைகள், நீளநாக்கு, பம்பழாபம், எழுதத்தெரிந்த புலி, காசுக்கள்ளன், தலையில்லாத பையன், எனக்கு ஏன் கனவு வருது, லாலி பாலே, அக்கடா, சிரிக்கும் வகுப்பறை, படிக்க தெரிந்த சிங்கம், மீசையில்லாத ஆப்பிள், வெள்ளை ராணி, அண்டசராசரம், சாக்ரடீஸின் சிவப்பு நூலகம், கற்பனைக்குதிரை, பூனையின் மனைவி, இறக்கை விரிக்கும் மரம், உலகின் மிகச்சிறிய தவளை, எலியின் பாஸ்வேர்டு, விலங்குகள் பொய்சொல்வதில்லை, பறந்து திரியும் ஆடு.

நாடகத் தொகுப்பு: அரவான், சிந்துபாத்தின் மனைவி, சூரியனைச் சுற்றும் பூமி.

தொகை நூல்: என்றும் சுஜாதா, நூறு சிறந்த சிறுகதைகள், அதே இரவு அதே வரிகள் (அட்சரம் இதழ்களின் தொகுப்பு), வானெங்கும் பறவைகள்.

வரலாறு: கோடுகள் இல்லாத வரைபடம், எனது இந்தியா, மறைக்கபட்ட இந்தியா.

ஏழு உரைகள்: டால்ஸ்டாய், தஸ்தாயெவ்ஸ்கி, பாஷோ, ஷேக்ஸ்பியர், ஹெமிங்வே, ஹோமர், ஆயிரத்து ஒரு அராபிய இரவுகள்.

மொழிபெயர்ப்புகள்: நம்பிக்கையின் பரிமாணங்கள், ஆலீஸின் அற்புத உலகம், பயணப்படாத பாதைகள்.

ஆங்கிலத்தில் வெளிவந்துள்ள நூல்கள்: Nothing but water, Whirling swirling sky.

இணையதளம்: www.sramakrishnan.com.

மின்னஞ்சல்: writerramki@gmail.com.

முன்னுரை

மானுட வரலாறு என்பது பயணங்களால், இடப் பெயர்வுகளால் ஆனது. மனிதர்கள் ஒரு ஊரை விட்டு இடம்பெயரும்போது, அவர்களது நினைவுகளைச் சுமந்து செல்கிறார்கள். புதிய இடத்தில் குடியேறும்போது, பழைமையுடன் தொடர்புகொள்ளும் விதத்தில் தங்கள் ஊர்ப் பெயரை அங்கே வைக்கிறார்கள். இது ஒரு பாதுகாப்பு உணர்வைத் தருகிற சமூக உளவியல். அப்படி அவர்கள் விட்டுச் சென்ற ஊர்ப்பெயர்களும், சுமந்து சென்ற ஊர்ப் பெயர்களும் மனித குல வரலாற்றின் சாட்சியங்களாக உள்ளன. கதைகளும் அப்படிப்பட்டவை தான்.

மனிதவாழ்வின் அழியா சாட்சியமாகவே எப்போதும் கதைகள் இருக்கின்றன. பிரிட்டிஷ் ஆட்சி முடிந்து போய் அறுபது ஆண்டுகளுக்கு மேலான பிறகும் பிரிட்டிஷ் ஆட்சி குறித்த கதைகள், நினைவுகள் நம்மிடையே அப்படியே தான் இருக்கின்றன. கதைகளின் வழியே வெள்ளையர்கள் நினைவுபடுத்தப்பட்டுக் கொண்டேயிருக்கிறார்கள். அப்படியொரு நினைவைத் தான் ‘அப்போதும் கடல் பார்த்துக் கொண்டிருக்கிறது” சிறுகதையும் விவரிக்கிறது

இந்த் தொகுப்பிலுள்ள கதைகள் வரலாற்றையும் நினைவு களையும் நடப்பு உலகையும் தனது அடித்தளமாகக் கொண்டு உருவாகியிருக்கின்றன. மாயமும் யதார்த்தமும் ஒன்று சேர்ந்தது தானே வாழ்க்கை.

இந்தத் தொகுப்பின் புதிய பதிப்பை வெளியிடும் தேசாந்திரி பதிப்பகத்திற்கும் எனது கதைகளின் முதல்வாசகராகயிருந்து எப்போதும் என்னை ஊக்கபடுத்தும் கவிஞர் தேவதச்சனுக்கும், அன்பு தோழர் எஸ்ஏபெருமாளுக்கும், வசந்தா அக்காவிற்கும் என்னையும் எழுத்தையும் அரவணைத்துச் செல்லும் மனைவி சந்திரபிரபாவிற்கும் குழந்தைகள் ஹரி மற்றும் ஆகாஷிற்கும் மனம் நிறைந்த நன்றி.

சென்னை — மிக்க அன்புடன்

16.03.2019 — **எஸ். ராமகிருஷ்ணன்**

பொருளடக்கம்

1. அப்போதும் கடல் பார்த்துக்கொண்டிருந்தது — 07
2. தரமணியில் கரப்பான்பூச்சிகள் — 28
3. புர்ரா — 44
4. ரசவாதியின் எலி — 53
5. மிருகத்தனம் — 70
6. வயதின் கனவுகள் — 80
7. குதிரைகள் பேச மறுக்கின்றன — 86
8. பின்னிரவுத் திருடன் — 100
9. பெரிய வார்த்தை — 110
10. இருபது வயதின் அவமானங்கள் — 122
11. கிரேக்கத்து முயல் — 127
12. படசாரா காத்திருக்கிறான் — 135

அப்போதும் கடல் பார்த்துக்கொண்டிருந்தது

அவர்கள் தன்னை வெறுக்கிறார்கள் என்பதை ஒவ்வொரு நாளும் டக்ளஸ் பிராங் உணர்ந்துகொண்டேயிருந்தான்.

திரிசடைத் தீவு முத்து குளிப்பதற்குப் பிரசித்தி பெற்றது. அங்கு விளையும் முத்துகள் குழந்தைகளின் கண்களைப் போல் வசீகரமும் மென்னொளியும் கொண்டவை என்றும், அதுபோன்ற ஒளிரும் முத்துகள் மன்னார் வளைகுடா பகுதியில் வேறு எங்கும் கிடைப்பதில்லை என்றும் கடற் வணிகர்கள் தெரிவித்தனர். அதனினும் கூடுதலாக ஒரு காரணமிருந்தது. அது, விக்டோரியா மகாராணியின் கவனம் பெறவேண்டுமானால் திரிசடை முத்துகளில் ஒன்று கைவசம் இருந்தால் கூட போதும் என்பதே.

லண்டனில் நடைபெற்ற விக்டோரியா மகாராணியின் பிறந்த நாள் கொண்டாட்டத்தின்போது, உத்கலா ராஜா காலிப் அலியின் மனைவி பேகம் உம்ரா அணிந்திருந்த வெண்முத்துமாலையின் மீது வசீகரமான மகாராணி தனக்கு அதுபோன்ற மாலையொன்று உடனடியாகத் தேவை என உத்தரவிட்டாள்.

அவை மிக அரிதான கேசி முத்துகள் என்றும், தென்னிந்தியாவில் உள்ள திரிசடை தீவில் மட்டுமே கிடைக்கக் கூடியது என்றும் கம்பெனி வணிகர்கள் தெரிவித்தார்கள். முத்துகளைத் தேடி மறுநாளே ராயல் ரெஜிமெண்ட்டின் இரண்டுப் பிரிவுகள் திரிசடை தீவிற்குப் புறப்பட்டன.

ஆனால் ஒன்றரை ஆண்டுகாலமாகியும் அவர்களில் ஒருவர் கூட திரும்பி வரவேயில்லை என்பதுடன் அவர்கள் உடல்கள் கூட கிடைக்கவில்லை. மறுமுயற்சியாக 104ஆவது படைப்பிரிவின் முப்பது வீரர்கள் அனுப்பி வைக்கப்பட்டடனர். அவர்களாலும் திரிசடை முத்துகளைக் கொண்டுவர முடியவில்லை. ஆனால் அந்த முப்பது உடல்களும் விஷம் பாரித்த நிலையில் கடலில் மிதந்ததை வணிகக் கப்பல்கள் கண்டுபிடித்தன. அதிலிருந்து திரிசடைக்கு முத்துகளைச் சேகரிக்கச் செல்வது துர்சாபமான செயல் என்று கருதப்பட்டது.

தொடர்ந்த ஏமாற்றத்தால் ஆத்திரமடைந்த கவர்னர் ரபேல்வாலீஸ் இது குறித்து விசாரிக்கும்படி மதராஸ் கோட்டைக்கு அனுப்பிய கடிதத்திற்கு ஒரு வரைபடத்துடன் பதில் வந்திருந்தது. அதில் திரிசடை தீவில் உள்ளவர்களைத் தவிர வேறு ஆட்களால் அந்த முத்துப்படுகையை அறிந்து கொள்வதோ, அறுத்து எடுப்பதோ இயலாது என்றும், அங்கே முத்து கிடைப்பதற்கு அதிர்ஷ்டம் மட்டுமே துணை நிற்க வேண்டும் எனவும் தெரிவிக்கப்பட்டிருந்தது.

அதை கவர்னரால் ஏற்றுக்கொள்ள முடியவில்லை. உடனே தனது படைப்பிரிவில் இருந்து பதினோரு நபர்களைத் தேர்வு செய்து திரிசடைக்கு அனுப்ப உத்தரவிட்டார். அதில் ஒருவனாகவே டக்ளஸ் தீவிற்குப் புறப்பட்டான். ஒன்பது நாள் கடற்பயணத்தின் ஊடே கப்பலில் அவன் கடலோடிகள் அந்தத் தீவைப் பற்றி எழுதி வைத்த குறிப்புகளை வாசித்த படியே வந்தான். தேவதைக் கதைகளில் வரும் மந்திரத் தீவைப் போன்று எண்ணிக்கையற்ற கதைகள் திரிசடையைப் பின்னியிருந்தன.

திரிசடை தீவில் வசிப்பவர்கள் கடலுக்குள் நாள் கணக்கில் மூச்சடக்கி வாழமுடியும் என்றும், அவர்கள் முத்துகளை ஒருபோதும் விலைக்கு விற்பதில்லை, மாறாகத் தங்களது குலதெய்வமான சூதனியின் உதிர்ந்து விழுந்த பற்கள்தான் கடலில் முத்தாக விளைவதாகவும் ஆகவே அதை அறுவடை செய்து சூதனிக்கு படைப்பது தங்களது பிறவிக்கடமை என்றும் நம்பினார்கள். திரிசடை தீவில் வாழ்வது மிக போராட்டமான ஒரு கலை. அங்கே கடல் உறங்குவதேயில்லை.

தீவுவாசிகள் மிக எளிமையானவர்கள். அவர்கள் கடல் நண்டுகளைப் போல தங்கள் வளைக்குள்ளாகவே ஒளிந்து வாழ்பவர்கள். வெளிஉலகம் மீது அவர்களுக்கு ஈர்ப்போ,

அக்கறையோ இருப்பதேயில்லை. அந்தத் தீவு சங்கு போன்ற வடிவத்திலிருக்கிறது. எந்த சப்தமும் அதற்குள் சென்றால் அதிகமாகிவிடும். ஆகவே அங்கே ஓசை அடங்குவதேயில்லை.

அதில் ஒன்று, அந்தத் தீவில் உள்ள கற்களில் ஒன்று கடலில் மிதக்கக்கூடியது என்றும் அதைத்தான் தீவுவாசிகள் படகுபோல பயன்படுத்துவதாகவும் சொன்னது. மிகையான கதைகள் என்று டக்ளஸ் சிரித்தபடியே கடலோடிகளின் பயம்தான் கதைகளாக உற்பத்தியாகியிருக்கிறது என்று சக வீரர்களிடம் சொன்னான். ஒன்பது நாள் கடல்பயணத்தின் பிறகு அவர்கள் திரிசடை தீவின் ஒரு கல் தொலைவில் கப்பலை நிறுத்திக்கொண்டு நான்கு நாட்டுப் படகுகளில் தீவை நோக்கிச் சுமைகளுடன் புறப்பட்டார்கள். அப்போது கோடை துவங்கி இரண்டு வாரமாகியிருந்தது.

திரிசடைத் தீவு மிகச்சிறியது. அங்கே இரண்டு குடும்பங்கள் மட்டுமே வசித்து வந்தன. முதல் குடும்பம் ஆலா என்று அழைக்கப்பட்டது. அவர்கள் கடலில் முத்து விளையும் படுகையை அறிந்து சொல்லக்கூடியவர்கள். மற்ற குடும்பம் பட்டங்கட்டி என்று அறியப்பட்டிருந்தது. அவர்களே முத்து அறுத்து எடுத்து வருபவர்கள். இரண்டிலுமாகச் சேர்ந்து பதினெட்டு பேர் இருந்தார்கள். அதில் மூன்று குழந்தைகள், ஐந்து பெண்கள்.

நூற்றாண்டு காலமாக அதே தீவில் வசித்து வந்த அந்தக் குடும்பங்கள் ஒன்றுக்குள் ஒன்று திருமணம் செய்து கொண்டன. இறந்து போனவர்களை அவர்கள் புதைப்பதில்லை. மாறாகச் சவத்தோடு பெரிய கல் ஒன்றைச் சேர்த்துக் கட்டி கடலின் அடி ஆழத்திற்குக் கொண்டு போய் போட்டு வந்துவிடுவார்கள். இறந்தவரின் ஆன்மா ஒளிரும் குமிழ்களாக கடலாழத்தில் மிதந்து கொண்டேயிருக்கும் என்றும். அந்த நீலக்குமிழ்களே முத்துப்படுகைகளை அடையாளம் காட்டுகின்றதாகவும் அவர்கள் நம்பினார்கள்.

இங்கிலாந்திலிருந்து தனது பத்தொன்பதாவது வயதில் இந்தியாவிற்கு வருகை தந்த டக்ளஸ் பிராங்பெங்கால் ரெஜிமெண்டில் ஐந்தரை வருசங்கள் வேலை செய்து கொண்டிருந்தான். அவனது துப்பாக்கி சுடும் திறமை அசாத்தியமானது. காற்றில் மிதக்கும் இலையின் நரம்புகளைக் கூட அவனால் குறிவிலகாமல் சுட்டுவிட முடியும். அதன்

எஸ்.ராமகிருஷ்ணன்

காரணமாகவே அவனை கவர்னரின் வேட்டைப்பிரிவில் எட்டாம் ஆளாகச் சேர்த்திருந்தார்கள்.

கவர்னர் வாலீஸ் மாதம் ஒரு முறை வேட்டைக்குக் கிளம்பிவிடுவார். அவருக்கு மிருகங்களைச் சுடுவதில் அதிக ஈடுபாடு கிடையாது. மாறாக, கொல்லப்பட்ட மிருகங்களின் தலைமீது தனது காலை வைத்துக்கொண்டு கம்பீரமாகப் புகைப்படம் எடுத்துக்கொள்வதில்தான் ஆர்வம் அதிகம். அதற்காகவே அவருடன் ஜான் மெக்கே என்ற புகைப்படக் கலைஞர் இருந்தார்.

கவர்னரின் இந்த வேட்டைப்பிரிவில் பனிரெண்டு துப்பாக்கிவீரர்கள் நியமிக்கப்பட்டிருந்தார்கள். ஒவ்வொரு மாதமும் முழுநிலா நாளில் கவர்னர் தனது வேட்டைக் குழுவினருடன் வன விஜயம் கிளம்பிவிடுவார். அவரை வரவேற்று காட்டிற்குள் அழைத்து போவதற்காக நவாப்பின் ஆட்கள் யானைகள், குதிரைகளுடன் தயாராக இருப்பார்கள்.

அந்த வேட்டைக்குழுவில் டக்ளஸ் பிராங்கே அதிக புலிகளைக் கொன்றவன். தான் கொன்ற புலியின் உடலில் இருந்து ஒரு கொத்து மயிர்களை மட்டும் டக்ளஸ் தனியே வெட்டி எடுத்து ஒரு குப்பியில் அடைத்துக்கொள்வான். எப்போதாவது அந்த மயிர்களைக் கையில் தொடும்போது புலியின் சீற்றமான துடிப்பும் மூச்சும் அதில் இருப்பது போலவே உணர்வான்.

மற்றபடி டக்ளஸை வசீகரிப்பது சுடப்போகும் மிருகத்திற்காகக் காத்திருப்பது மட்டுமே. அவன் காட்டிற்குள் நுழையும் போதே இன்று தான் எந்த மிருகத்தை கொல்லக்கூடும். அது இப்போது என்ன செய்து கொண்டிருக்கும் என்று யோசிக்கத் துவங்கிவிடுவான். எந்தப் புள்ளியில் தானும் அந்த மிருகமும் சந்திக்கப் போகிறோம். அது ஏன் தன் கையால் சாகிறது என்று ஏதேதோ மனதில் தோன்றியபடியே இருக்கும். கவர்னர் யானை மீது அமர்ந்தபடியே வனத்தை ஒரு மாபெரும் விளையாட்டு மைதானம் போல நினைத்து உவகை கொள்வார்.

அவர்கள் காய்ந்துபோன நாணலை மிதித்து நடந்து ஆற்றைக் கடந்து வனத்தின் அடிவயிற்றை நோக்கிச் செல்லும் போது டக்ளஸின் கண்கள் ஒவ்வொரு இலை அசைவையும் ஊடுருவிச் செல்லும். வாசமும் கவனமும்தான் அவனது

வழித்துணைகள்.

புலியின் வருகையை அவனது உள்ளுணர்வு எப்போதுமே முன்கூட்டி அறிவித்துவிடுகிறது. அவன் புலியின் கண்களைச் சந்திக்கும் வரை எந்த சலனமும் இல்லாமல் காத்துக் கொண்டேயிருப்பான். எங்கிருந்தோ புலியின் பாதங்கள் பூமியில் மிக நிதானமாக நடந்து தன்னை நோக்கி முன்னேறி வருவதை அவனால் உணர முடியும். அந்த நிமிடங்களில் அவன் பரபரப்பு கொள்வதில்லை. மாறாக, சொல்ல முடியாத ஒரு வலியை உணர்வான்.

அந்த வலி சில நிமிடங்கள் விருட்டென மீனொன்று நீரின் மீது துள்ளி விழுவது போல அசைந்து ஒடுங்கிவிடும். பிறகு அவனுக்குப் புலியை அடித்து வீழ்த்த வேண்டிய வெறும் இலக்கு மட்டுமே. தனது துப்பாக்கியின் விசையை தன் விரல்கள் அழுத்திய பிறகு பெருமூச்சிட்டுக் கொள்வான். நிச்சயம் அது புலியை கொன்றிருக்கும் என்று நம்புவான். அவனது நம்பிக்கை ஒருபோதும் பொய்யாகவேயில்லை.

செத்துக் கிடக்கும் புலி அவனை வசீகரிப்பதேயில்லை. புலி தன்னை நோக்கி வரும்வரை காத்திருந்த அந்த அரிய நிமிடங்களை நினைத்தபடியே அவன் ஏதாவது மரநிழலில் படுத்துக்கொள்வான். அவனது சுபாவத்தை கவர்னர் உணர்ந்திருக்கக் கூடும். அதனால்தானோ என்னவோ டக்ளஸை பெங்கால் ரெஜிமெண்டில் இருந்து முத்துகளைச் சேகரம் செய்து வருவதற்காக திரிசடை தீவிற்கு அனுப்பி வைத்தார்.

மகாராணியின் விருப்பத்தை நிறைவேற்றினால் நிச்சயம் தான் மதராஸ் ரெஜிமெண்டின் லெப்டினென்டாக நியமிக்கப் படக்கூடும் என்பதற்காகவே டக்ளஸ் திரிசடை பயணத்திற்குத் தலைமை ஏற்க ஒத்துக்கொண்டான். தனது அதிகாரம் மற்றும் வீரத்தால் எதையும் எளிதாக அடைந்து விட முடியும் என்று நம்பினான். ஆகவே அவனோடு ஐந்து துப்பாக்கி வீரர்களும் ஒரு சமையல் ஆளும் மட்டுமே போதுமானவர்கள். வேட்டைத் துப்பாக்கிகளைத் தவிர வேறு ஆயுதங்கள் எதுவும் தேவையில்லை என்று உறுதியாகச் சொன்னதோடு, அதன் மறுநாளே கப்பலில் பயணம் கிளம்பினான். அப்போது அவன் திரிசடை தீவில் ஒன்பது வருடங்கள் தான் காத்துகிடக்கப் போவதை அறிந்திருக்கவில்லை.

திரிசடைத் தீவிற்கு அருகில் வேறு தீவுகள் இல்லை. அது கண்ணில் விழுந்த மணல் இமை ஓரமாக ஒதுங்கிக் கொள்வது போல கடலின் கிழக்கு ஓரமாக ஒதுங்கியிருந்தது. ஒன்றிரண்டு மீன்பிடி படகுகள் எப்போதாவது அதைக் கடந்து போவதுண்டு. திரிசடை தீவின் நடுவே ஒரு சிறிய குன்று இருந்தது. அதன் மேற்குப்பகுதியில் இரண்டு குகைகள் இருந்தன. மழைக்காலத்தில் முத்துக் குளிக்கும் குடும்பங்கள் அந்தக் குகைக்குள் ஒதுங்கிக்கொண்டு வசித்தனர். மற்ற நாட்களில் அவர்கள் தரையில் இருந்து ஐந்தடி உயரத்தில் அமைக்கப்பட்ட மரவீட்டில் வசித்தனர்.

கடற்தாழைகளும் நீர்செடிகளும் மணலெங்கும் வளர்ந்திருந்தன. அந்தத் தீவிலிருந்த அடர்பச்சை நிற தவளைகள் அளவில் மிகச் சிறியவையாக இருந்தன. அவை எழுப்பும் ஓசைகூட விக்கல் எடுப்பது போன்றே இருந்தது. தீவின் உட்புறத்தில் கருஞ்சுனையொன்று இருந்தது. அதிலிருந்து சொட்டும் தண்ணீரைத்தான் தீவுவாசிகள் குடித்து வந்தார்கள்.

தாமரை இலைகள் போன்று அகன்று விரிந்த இலைகள் கொண்ட சுக்ருதம் என்ற செடிகள் தீவெங்கும் அடர்ந்து வளர்ந்திருந்தன. அதிலிருந்து வீசும் நாள் பட்டுப்போன சாணம் போன்ற வாசனை எப்போதும் காற்றில் இருந்து கொண்டேயிருந்தது. காற்றில் சுக்ருத இலைகள் எழுப்பும் ஓசை யாரோ கையால் அடித்துத் தாளமிசைப்பது போன்ற ஓர் அதிர்வைத் தந்தபடியே இருந்தது. தீவின் தென்கிழக்கில் கல்லால் ஆன பந்தல் ஒன்றும் ஒரு பலிபீடமும் காணப்படுகிறது. அதைத் தங்களது குலதெய்வமான சூதனி என்று தீவுவாசிகள் வழிபட்டார்கள்.

டக்ளஸ் வந்து இறங்கிய நாளில் தீவுவாசிகள் எவரும் அவனைத் தடுக்கவோ, வரவேற்கவோ செய்யவில்லை. அவனும் துப்பாக்கி வீரர்களும் படகிலிருந்து தங்களது பொருட்களை கரை இறக்கிக்கொண்டிருக்கும்போது தொலைவில் இருந்து ஒரு சிறுமி அவர்களையே பார்த்துக் கொண்டிருந்தாள். பத்து வயதிருக்கக் கூடும். அவளது சுருண்ட கேசம் காற்றில் அசைந்தபடியே இருந்தது. டக்ளஸ் அவளை நோக்கி உற்சாகத்துடன் கையசைத்தான். அவளிடம் சலனமேயில்லை. மணலில் கால் புதைய அவளை நோக்கி நடக்கத் துவங்கினான். அவள் வெறித்த கண்களுடன் அவனையே பார்த்துக்கொண்டிருந்தாள்.

அந்தப் பார்வை அவள் தன்னை வெறுக்கிறாள் என்பதைத் துல்லியமாக வெளிப்படுத்தியது. அதைக் கண்டு கொள்ளாதவன் போல அவளை நோக்கிச் சிரித்தான் டக்ளஸ். பதிலுக்கு அவள் சிரிக்கவில்லை. தன் வெறுப்பைக் கண்களின் வழியே உமிழ விட்டாள். அவன் பொய்க்கோபத்துடன் அடிப்பது போல கையை ஓங்கினான். நிச்சயம் அதற்கு பயந்து அவள் ஓடிவிடக்கூடும் என்று நினைத்தான். ஆனால் அவள் டக்ளஸைப் பொருட்படுத்தவேயில்லை.

அவளிடம் தீவில் உள்ள மற்றவர்கள் எங்கேயிருக்கிறார்கள் என்று சைகையில் கேட்டான் டக்ளஸ். அவள் பதில் சொல்லாமல் அவனையே மேலும் கீழுமாகப் பார்த்துக் கொண்டிருந்தாள். அவளது பற்கள் நரநரவென கடிக்கப்படும் சப்தம் டக்ளஸிற்குக் கேட்டது. அவன் இறுக்கமான முகத்துடன் அவளது தலைமயிரைத் தொட முயன்றான். ஆவேசமாக அவள் அந்த கைகளைத் தட்டிவிட்டபடி அவனையே முறைத்துப் பார்த்துக் கொண்டிருந்தாள்.

படகில் இருந்த பொருட்களைச் சுமந்து வந்தவர்கள் அதை எங்கே கொண்டு செல்வது என்று கேட்டார்கள். டக்ளஸ் அவர்களை அங்கேயே காத்திருக்கும்படியாகச் சொல்லியபடி அந்தச் சிறுமியின் கையை பிடித்துத் தன்னை அழைத்துப் போகும்படியாகச் சொன்னான் அவள் திமிறிக் கொண்டு முறைத்தாள். டக்ளஸ் அவளை புறக்கணித்து நடந்து மேடேறி தீவின் உள்ளே நடந்து கொண்டிருந்தான். அந்தச் சிறுமி அவன் பின்னால் மெதுவாக நடந்து வந்தாள்.

அன்றைய பகலில் டக்ளஸ் அங்கிருந்த இரண்டு குடும்பங்களையும் பார்த்துவிட்டு வந்தான். அவர்களில் ஒருவர் கூட அவனோடு ஒரு வார்த்தையும் பேசவேயில்லை. வெளியாட்கள் அங்கே வருவதை அவர்கள் விரும்பவில்லை என்பது அவர்கள் முகத்திலே தெரிந்தது. கடல் தனக்கு விருப்பமில்லாதவர்களுக்கு எதுவும் தருவதில்லை. வெளியாட்கள் கடலை ஒருபோதும் தங்களுக்குள் நிரப்பிக் கொள்வதில்லை. கண்வழியாக இதயத்தில் கடல் நிரம்பாதவரை அதை ஒருபோதும் புரிந்து கொள்ள முடியாது என்று தீவுவாசிகள் நம்பினார்கள். ஆகவே தங்களது மறுப்பை அவர்கள் பார்வையின் வழியாகவே தெரியப்படுத்தினர்.

பேசாத அந்த உதடுகள் அவன் மீது மௌனமாகவே

ஏளனத்தை வெளிப்படுத்திக்கொண்டிருந்தன. தனது முகத்தின் ஆழத்திற்குள் கண்களால் ஊடுருவிப் போய்விட முடியும் என்பதுபோல் அந்தப் பார்வைகள் இருந்தன. அவர்களது கண்களை டக்ளஸ் உற்றுப்பார்த்த போது திட்டுத் திட்டாக மேகம் செல்வதுபோல் வெறுப்பு மிதந்து கொண்டிருந்ததை உணர்ந்தான்.

டக்ளஸ் தனது ஆட்களுடன் தீவின் வடக்குப்பகுதியால் கூடாரம் அமைத்து தங்கிக்கொண்டான் வெளிச்சத்தின் துளிகூட அந்தத் தீவில் இல்லை. கூடாரத்தில் ஏற்றி வைக்கப்பட்ட விளக்கைப் பிடித்துத் தின்பதற்காக ஒரு வகைப் பூச்சிகள் பறந்து கொண்டிருந்தன. அவை ஆசையோடு சுடரை விழுங்கிக்கொண்டு பறந்தன. தீவுவாசிகள் விளக்கைப் பயன்படுத்துவதில்லை. அவர்கள் இருட்டிற்குள்ளாகவே நடமாடப் பழகியிருந்தார்கள்.

தீவில் இருள் கருஞ்சாந்து போன்ற பிசுபிசுப்புடன் அடர்ந்திருந்தது. அவர்கள் தங்களது கண்களால் இருட்டைத் துளைக்க முடியாததை உணர்ந்தார்கள். டக்ளஸ் படுக்கையில் கிடந்தபடியே இருட்டை வெறித்துப் பார்த்துக்கொண்டிருந்தான். நேரமாக ஆக தீவு மறைந்து போய் தான் கடலின் மீது உறங்குவது போலவே தோன்றியது. பின்னிரவு வரை விழித்துக் கிடந்த அவனைத் தூக்கம் தன்னைறியாமல் பீடித்தது.

விழித்தபோது காலை கடற்கரையில் பிரகாசம் கொண்டிருந்தது. கடல் நண்டு ஒன்று அவசரமாக நடந்து மணலேறிச் சென்றது. இளவெயிலின் மிருதுவும் நுரை ததும்பும் அலைகளின் மெல்லோசையும் அவன் மனதைச் சாந்தம் கொள்ளச் செய்வதாக இருந்தது. தனியே கடற்கரையில் நடந்து கொண்டிருந்தான். தாடை போல துருத்திக்கொண்டிருந்த ஒரு திட்டில் உட்கார்ந்து கடலையே பார்த்துக்கொண்டிருந்தான். கடலும் தன்னைப் பார்த்து கொண்டு இருப்பது போலவே உணர்ந்தான். முன்பு ஒருபோதும் இவ்வளவு நெருக்கமாகக் கடலைத் தான் அறிந்ததில்லை என்பது போலிருந்தது. கடல் எதையோ சொல்வது போலத் தோணியது. என்ன சொல்கிறது என்று அவனால் புரிந்துகொள்ள முடியவில்லை.

ஒரு நாளைக்குள்ளாகவே முத்துக்குளிப்பவர்களை எளிதாக மிரட்டிப் பணிய வைக்க முடியாது என்பதை உணர்ந்து கொண்டான். பிறகு தான் கொண்டுவந்திருந்த முகம் பார்க்கும்

கண்ணாடி, வாசனை சோப்புகள், அலங்காரத் துணிகள், மெழுகுவர்த்திகள், பீங்கான் கோப்பைகள் போன்றவற்றைப் பரிசாக எடுத்துக்கொண்டு அந்தக் குடும்பங்களைத் தேடிச் சென்றான்.

பட்டங்கட்டியிடம் தான் இங்கிலாந்து மகாராணியின் விருப்பத்தின்படி முத்துகள் வேண்டி வந்திருப்பதாகவும் அதை கடலில் இருந்து அறுவடை செய்து தரவேண்டியது அவரது பொறுப்பு என்றும் அன்பான குரலில் சொன்னான்.

பட்டங்கட்டி அதற்குப் பதில் பேசவேயில்லை. மாறாக, தரையில் ஒரு குச்சியால் கோடு கிழித்தபடியே பதில் பேசாமல் உட்கார்ந்திருந்தார். அவருக்கு வயது எழுபதைக் கடந்திருக்கும். செம்பட்டை படிந்த தலை. பருத்த உதடுகள், ஆள் மெலிந்து உயரமானவராக இருந்தார். கழுத்தில் மீன் எலும்பு ஒன்றை மாலையாகப் போட்டிருந்தார். அவரது வீட்டுப் பெண்கள் டக்ளஸின் துணைக்கு வந்திருந்த துப்பாக்கி வீரர்களை வெறித்துப் பார்த்தபடியே இருந்தனர். பிறகு பட்டங்கட்டி எதுவும் சொல்லாமல் எழுந்து வெளியே சென்றுவிட்டார்.

இதுபோலவேதான் ஆலா குடும்பத்திலும் நடந்தது. அவர்களும் டக்ளஸின் பரிசை ஏற்றுக்கொள்ளவேயில்லை. ஆத்திரத்தில் அந்த பரிசுகளைக் கடற்கரையில் வீசி எறிந்து வந்தான் டக்ளஸ். கடலில் விளைவதை அறுவடை செய்து தருவதற்கு எதற்கு இவ்வளவு பிடிவாதம்? கடல்முத்துகள் — இவர்களது சொத்துக்களா என்ன? அதைத் தனக்கு தருவதன் வழியே என்ன இழந்துவிடப்போகிறார்கள்? ஏன் இப்படி முரண்டுபிடிக்கிறார்கள் என்று யோசித்தபடியே இருந்தான்.

சில வாரங்கள் அங்கே தங்கி அவர்களது தினசரி வாழ்க்கையை அவதானிப்பதன் வழியே முத்துக் குளிப்பவர்களை வசீகரித்துவிட முடியும் என்று டக்ளஸ் நம்பத் துவங்கினான். அதற்காக அவன் பகலிரவாக அந்தத் தீவில் நடப்பதையே பார்த்துக்கொண்டிருந்தான்.

ஒவ்வொரு நாளும் அதிகாலை வெளிச்சம் அந்தத் தீவை ஒரு பெரிய மலரைப் பூக்கச் செய்வதைப் போல ஒளிர்வு கொள்ள வைக்கிறது. புலரியில் ஒரு ஆள் படகில் கிழக்கு நோக்கிப் போவதையும் அந்த ஆள் திரும்பி வரும்போது படகு நிறைய மீன்களும் கடற்சிப்பிகளும் வந்து சேர்வதையும் டக்ளஸ் பார்த்துக்கொண்டேயிருந்தான். அந்த மீன்கள்தான்

தீவுவாசிகளின் பிரதான உணவு. நாளின் பெரும்பான்மை நேரங்கள் அவர்கள் கடலை வெறித்துப் பார்த்தபடியே கரையோரம் உட்கார்ந்திருப்பதைக் கண்டான்.

அவர்கள் கடலோடு பேசுகிறார்கள். கடலும் அவர்களுடன் பேசுகிறது போலும். காற்றையும் இருளையும் வெயிலையும் அவர்கள் வரவேற்கிறார்கள். தாங்கள் அவற்றைப் பயன்படுத்திக்கொண்டதற்காக நன்றி தெரிவிக்கிறார்கள். பல நேரங்களில் காற்றில் சிறு செடியின் இலை அசைவதைப் போல நளினமாக அவர்கள் கடலின் முன்னே நடனமாடுகிறார்கள்.

திரிசடைவாசிகளாக இருந்த பெண்கள் பருத்த ஸ்தனங்களும், குள்ளமான உருவத்துடனும் இருந்தனர். அவர்கள் சங்கு அறுப்பதில் தேர்ச்சி கொண்டிருந்தனர். ஒவ்வொரு பெண்ணும் ஒரு மூங்கில் சீப்பைத் தலையில் சொருகியிருந்தார்கள். ஒருவர் சீப்பைப் போல மற்றவளிடம் இல்லை. சீப்பு தலையில் இருந்து நழுவி விழுந்துவிடக்கூடாது என்பதில் கவனமாக இருந்தனர்.

ஒவ்வொரு நாள் மாலையும் அந்தப் பெண்கள் சிவப்பும் மஞ்சளுமான மலர்களைத் தங்களது தலை நிறைய சூடிக்கொண்டு குழந்தையைச் சீராட்டும் குரலில் கடலை நோக்கி எதையோ பாடுகிறார்கள். கடல் அதைக் கேட்டுத் துயில்கிறது போலும். அந்த பெண்களில் ஒருத்திக்கு இடது கால் இல்லை. சுறா கடித்துத் தின்றுவிட்டதைப் போல எலும்புகள் துருத்திக்கொண்டிருந்தன. அவள் டக்ளஸை எங்கே கண்டாலும் உடனே குனிந்து கைப்பிடியளவு மணலை அள்ளிக் காற்றில் பறக்கவிட்டு எதையோ தனக்குள்ளாக முணுமுணுப்பாள். என்ன சொல்ல விரும்புகிறாள் அவள். அதுவும் வெறுப்பின் அடையாளம்தானா?

கோடானு கோடி மணல் துகள்களில் ஒன்றைப் போல அவனது வாழ்க்கையும் விதியின் கைகளால் மட்டுமே அடித்துக் கொண்டு செல்லப்படுகிறது என்பதைத் தான் அவள் உணர்த்துகிறாள் என்று டக்ளஸ் அன்று அறிந்திருக்கவில்லை.

வெயிலேறிய பகலில் பெண்களும் குழந்தைகளும் கடற்சிப்பிகளைச் சுழற்றிப் போட்டு விளையாடிக் கொண்டிருப்பார்கள். சில நேரங்களில் மரநிழலில் ஒன்றாக உட்கார்ந்து எதையோ முணுமுணுத்துக்கொண்டிருப்பதும் நடந்தது. அவனைத் தீவுவாசிகள் கண்டுகொள்ளவேயில்லை. தீவைப் பற்றி கடலோடிகள் எழுதியதில் ஒன்றிரண்டைத் தவிர

16 ❋ அப்போதும் கடல் பார்த்துக்கொண்டிருந்தது

அத்தனையும் கற்பனை என்றே தோன்றியது.

ஒரு நாளிரவு துப்பாக்கி வீரர்களில் ஒருவன் தன்மீது ஒட்டிக்கொண்டிருந்த கொசுவைத் துரத்துவது போல கைகளை ஆவேசமாக வீசி எதையோ விரட்டிக்கொண்டிருந்தான். எதைத் துரத்துகிறான் என்று புரியாமல் மற்றவர்கள் அவனை விசித்திரமாகப் பார்த்தபோது அவன் கூக்குரலிட்டுக் கத்தினான். என்ன செய்கிறது என்று மற்றவர்கள் அவனைப் பிடித்து உலுக்கிக் கேட்கவே, தீவுவாசிகளின் வெறுப்பு தன்மீது சாக்கடைப் புழுக்கள் போல ஊர்ந்து கொண்டேயிருக்கிறது. அந்த வெறுப்பைத் தன்னால் தாங்க முடியவேயில்லை. உடல் முழுவதும் கம்பளிப் பூச்சிகள் அப்பிக்கொண்டிருப்பது போல் வெறுப்பு ஒட்டிக் கொண்டிருக்கிறது. சிறுவர்களும் கூட நம்மை வெறுக்கிறார்கள். அந்தக் கண்கள் என் உடலைத் துளைக்கின்றன. ஊசிமுனை போல் குத்துகின்றன. அதை என்னால் தாங்க முடியவில்லை என்று அலறினான். அந்த உண்மையை யாவருமே உணர்ந்திருந்தார்கள். ஆனால் அதைப் பகிர்ந்து கொள்ளாமலே இருந்தார்கள். டக்ளஸை அது ஆத்திரப்படுத்தியது.

மறுநாள் டக்ளஸ் பட்டங்கட்டி குடும்பத்தில் இருந்த ஒரு பெண்ணைப் பிடித்துத் தனது கூடாரத்திற்கு இழுத்து வந்து மணலில் பாதி உடம்பு வெளித் தெரியும்படியாகப் புதைத்து வைத்து அவர்களில் எவராவது தன்னோடு பேசும்வரை அவளை விடப் போவதில்லை என்று கத்தினான். அந்தப் பெண்ணின் கண்களில் பயமேயில்லை. அவளது கூந்தல் காற்றில் அலைந்தபடியே இருந்தது. அதுபோன்ற உக்கிரமான கண்கள் எதையும் டக்ளஸ் கண்டதேயில்லை.

காட்டுப்புலிகள் கூட தன்னை அவன் கொல்ல வந்திருக்கிறான் என்று அறிந்த போதும் இப்படியான வெறுப்பை உமிழ்ந்ததில்லை. ஏன் இவர்களிடம் இத்தனை உக்கிரமான வெறுப்பு. அவன் தன் முன்னே புதையுண்டிருந்த பெண்ணையே பார்த்துக்கொண்டிருந்தான். அவள் பல்லை உடைக்க வேண்டும் போன்ற ஆத்திரம் உருவானது. ஏன் அவர்களில் ஒருவரும் அவனைத் எதிர்ப்பதேயில்லை. அவனைத் தாக்கி கொல்ல வரும் புலியின் ஆவேசம் — அவனுக்குத் தேவைப்பட்டது. அப்போதுதான் அவனது ரத்தம் சூடாகும்.

ஆனால் அவர்கள் தணிந்து போகிறார்கள். உறுதியான தங்கள் மறுப்பைக் கண்களில் மட்டுமே வெளிப்படுத்துகிறார்கள்.

என்ன தந்திரமிது. ஒருவேளை இந்த யுக்தியால் தன்னை அவர்கள் துரத்திவிடவும் கூடுமோ. அவன் புதையுண்டு கிடந்த பெண் முகத்தருகே குத்துக்காலிட்டு உட்கார்ந்தபடியே தன்னோடு ஏதாவது பேசும்படியாகக் கட்டாயப்படுத்தினான். அவள் முகத்தில் அசைவேயில்லை. அவன் தனது கை விரல்களால் அவள் பற்களைத் திறந்து பேச்சை வெளியே பீறிடும்படி செய்ய முயற்சிப்பவன் போல பலத்தைப் பிரயோகம் செய்தான். அந்தப் பற்கள் திறந்து கொள்ளவேயில்லை. அவள் காதிற்குள் மிக மோசமான வசையைக் கத்தினான். அப்போதும் அவள் தலை கவிழ்ந்தேயிருந்தது.

அன்றிரவு ஆலா குடும்பத்தின் வயதான ஒருவர் ஆமை ஓடு ஒன்றில் அவித்த மீனும் நீரிணி பழத்துண்டுகளும் கொண்டுவந்து டக்ளஸிடம் தந்து கடலடியில் முத்து விளையும் படுகையைக் காற்றடி காலம் முடிந்த பிறகே அறிந்து வரமுடியும் என்று சொல்லி அந்தப் பெண்ணை தன்னோடு அழைத்துக்கொண்டு போனார். காற்றடி காலம் எப்போது என்று டக்ளஸ் கேட்க விரும்பினான். ஆனால் அதற்குள் அந்தப் பெண்ணும் முதியவரும் அங்கிருந்து விலகிப் போகத் துவங்கியிருந்தார்கள்.

அன்றிரவு டக்ளஸ் தான் சுட்டுக் கொன்ற புலியின் ரோமங்களை ஒவ்வொன்றாகக் கையில் எடுத்து வைத்துப் பார்த்துக்கொண்டேயிருந்தான். தீவுவாசிகளின் செயல்பாடு அவனது புலி வேட்டை சாகசங்களைக் கேலி செய்வது போலவே இருந்தது. திடீரென அவர்களை நள்ளிரவில் தாக்கிக் கொன்றுவிட்டால் என்னவென்று கூட தோன்றியது.

அவன் மனது தடுமாறிக்கொண்டேயிருந்தது. தனது சாகசங்கள் வெறும் கற்பனைதானோ என்று தோன்றத் துவங்கியது. ஒருவேளை புலிகள் தன்னைக் கொல்வதற்கு அவனை அனுமதித்திருக்கின்றன என்பதுதான் நிஜமா? தனது வேட்டை அத்தனையும் மிருகங்களின் ஒப்புக் கொடுத்தலால் ஏற்பட்டதுதானா? எந்தப் புலியும் ஏன் தன்னை தாக்கிக் கொல்ல முயற்சிக்கவேயில்லை? ஏன் ஒரு புலி அவனிடம் சுடப்பட்டு சாக விரும்புகிறது? அவனுக்குள் வாழ்வில் முதன் முறையாக பயத்தின் ஒரு துளி கசியத் துவங்கியது. அவன்

விடியும்வரை மணலில் படுத்தே கிடந்தான். நல்முத்துகள் இல்லாமல் வெறும் கையோடு திரும்பிப் போக முடியாது. எப்படியாவது காத்திருக்க வேண்டும். இது புலிக்காகக் காத்திருப்பதை விட அதிக பொறுமையும் கவனமும் கொண்டது. அதில் தான் தோற்றுப் போய்விடக் கூடாது என்பதில் மிகுந்த உக்கிரம் கொள்ளத் துவங்கினான்

மறுநாள் டக்ளஸ் தன்னிடமிருந்த வானியல் வரை படங்களைக் கொண்டு காற்றடி காலம் துவங்குவதற்கு எவ்வளவு நாட்கள் இருக்கிறது என்று கணித்தான். எழுபத்தி மூன்று நாட்கள் மீதமிருந்தன. அதுவரை காத்திருக்க வேண்டியது தான் என்றபடியே அவனும் தீவுவாசிகளைப் போலவே பகலில் மரநிழலில் படுத்து கிடக்கத் துவங்கினான். ஆனால் அவனது துப்பாக்கி வீரர்களால் அப்படியிருக்க முடியவில்லை. தன்னோடு பேச மறுப்பவர்களுடன் சண்டையிடவும் சிலவேளைகளில் அவர்களை தாக்கி ரத்தக்காயம் ஏற்படுத்தவும் முயற்சித்தார்கள். ஒரு துப்பாக்கி வீரன் பட்டங்கட்டி வீட்டுப் பெண் ஒருத்தியின் உதடை அறுத்து எடுத்துவிட்டதுகூட நடந்தேறியது. டக்ளஸ் கடலைப் பார்த்தபடியே இருந்தான். கடல் உலகின் ஆதி நிகழ்வுகளின் சாட்சி போலவே தோன்றியது. கடல் எவ்வளவு மனிதர்களைக் கண்டிருக்கும். எவ்வளவு மாற்றங்களை உள்வாங்கியிருக்கும்.

கடலைப் பார்த்துக்கொண்டேயிருப்பது துப்பாக்கி வீரர்களுக்கு சித்ரவதை தருவதாக இருந்தது. ஆரம்ப நாட்களில் தங்களுக்குள்ளாக பேசிக் கொண்டிருந்த துப்பாக்கி வீரர்கள் மெல்ல அதைத் தவிர்க்கத் துவங்கினார்கள். சமையற்காரன் தன்னையே வேறு ஆளாக நினைத்துக் கொண்டு பேசிக்கொள்பவனாகிப் போனான். மற்றவர்கள் அந்தத் தீவில் உள்ள மரம் செடிகளின் இலைகளோ அல்லது பறக்கும் வண்டுகளில் ஏதோவொன்று தங்களுடன் பேசினால் கூட போதும் என்பது போன்ற தீவிர மன நிலைக்குத் தள்ளப்பட்டார்கள். தீவுவாசிகளுக்குக் கிடைப்பது போன்ற மீன்கள் தங்களுக்கு ஏன் கிடைப்பதில்லை என்று அவர்களுடன் சண்டையிட்டார்கள். எதைச் சாப்பிட்ட போதும் நாவில் ஒரே ருசியாக ஏன் இருக்கிறது என்று அவர்களுக்குப் புரியவேயில்லை.

டக்ளஸ் ஒவ்வொரு நாளும் அந்தத் தீவுவாசிகளின் நடவடிக்கைகளை உன்னிப்பாகக் கவனித்தபடியே இருந்தான்.

ஆரம்ப நாட்களில் தொடர்பற்றது போல தெரிந்த பல விஷயங்கள் பிரமாதமான ஒழுங்கு ஒன்றின் வரிசையில் செயல்படுவதை அவன் உணரத் துவங்கினான். அந்தத் தீவு வாழ்க்கை பகலில் செயலற்றது போலத் தெரிந்தாலும் நூற்றுக்கணக்கான செயல்களால் பின்னப்பட்டிருந்தது அவனுக்குப் புரிந்தது. அலைகளை அவதானிப்பது, படகில் செல்வது. மீன்பிடிப்பது, சங்கு அறுப்பது. பிரார்த்தனை செய்வது. மழைக்காலத்திற்கான நெருப்பிற்கு வேண்டி காய்ந்த விறகுகளை சேகரிப்பது, கடினமான மீன் எலும்புகளை அறுத்து கத்தி செய்வது என்று அங்கே ஒரு தினசரி வாழ்க்கை எளிமையாக நடந்தேறிக்கொண்டிருந்தது.

காற்றடி காலம் துவங்கப் போகிறது என்பதை ஒரு மாலை நேரத்தின் ஓயாத கடல் அலையின் எழுச்சி காட்டித் தந்தது. அதுபோன்று உயரமாக அலைகள் சீறுவதை அதன் முன்பு அவன் கண்டதேயில்லை. அலைகள் சீறும் பாம்பின் நாக்கு போல் துடித்துக்கொண்டேயிருந்தன. அலை வேகம் கண்டு மணலில் முளைத்த சிறு செடிகள் கூட வேக வேகமாக நடுங்கிக்கொண்டிருந்தன. அன்றிரவு காற்று விசை கொள்ளத் துவங்கியது. பெருந்துயரம் ஒன்றின் ஆவேசமான கதறல் போன்று காற்றின் ஊளையிடும் சப்தம் உயர்ந்து கொண்டேயிருந்தது. அது கட்டுக்கடங்காமல் ஆவேசமாகி மொத்த தீவையே பிடுங்கி எறிந்துவிடுவது போலிருந்தது. டக்ளஸின் கூடாரத்தைக் காற்று பிடுங்கி வீசியது. மணலை வாரி அடித்தது. துப்பாக்கி வீரர்கள் தனியே நடப்பதற்குக் கூட பயந்தார்கள். யாரோ பதுங்கி வந்து முதுகில் அடிப்பது போல காற்று வீசியது. காற்றின் வேகம் அலைகளை உயரச் செய்தபடியே இருந்தது. வானம் தெரியாதபடி அலைகள் உயர்ந்தன.

அதன் பிந்திய நாட்களில் பகல் இரவாக காற்று வேகமெடுத்தபடியே சீறியது. ஆனால் காற்றடி காலத்திற்குப் பழகிய தீவுவாசிகள் எப்போதும் போல இயல்பாகத் தங்களது படகில் மீன்பிடிக்கச் செல்வதும் சமைப்பதும் விளையாடுவதுமாக இருந்தார்கள். ஆனால் டக்ளஸிற்கும் அவனது துப்பாக்கி வீரர்களுக்கும் காற்றின் உரத்த சப்தம் கேட்டுக் கேட்டு காது நரம்புகள் சிவந்து போய் துடித்துக்கொண்டிருந்தன. ஓசை அதிகமாகியதும் மண்டைக்குள் நரம்புகள் வெடித்துவிடுவது போல வேதனை கொள்ளத்

துவங்கின. காற்றில் அங்கிருந்த பாறைகள் கூடப் பறந்து போய்விடுமோ என்பது போலிருந்தது.

தீவுவாசிகள் எப்படிக் காற்றை எதிர்கொள்கிறார்கள் என்று டக்ளஸ் கற்றுக்கொள்ள முயற்சித்தான். ஆனால் அந்த சூட்சுமம் புரியவேயில்லை. காற்றடி காலத்தின் பகல் மிக மெதுவாக இருந்தது. உறக்கம் விழிப்பு இரண்டுமே வேதனை தருவதாக மாறியது. உலர்ந்து போன கண்களுடன் அவர்கள் வெளிறிய வானத்தைப் பார்த்தபடியே இருந்தார்கள். காற்றின் வேகத்தில் கிழித்து எறியப்பட்ட இலைகள் தீவெங்கும் சிதறிக் கிடந்தன. காற்று ஒடுங்கவேயில்லை.

டக்ளஸ் உள்ளூரப் பயப்படத் துவங்கினான். எதற்காக இந்த வீண் முயற்சி? அவர்களைத் துப்பாக்கி முனையில் கடலில் அழைத்து சென்று முத்துக் குளிக்கும்படியாக வற்புறுத்தினால் என்ன குறைந்துவிடப்போகிறது என்று ஒரு குழப்பம் உருவாகத் துவங்கியது. தன்னுடைய மன இயல்பை காற்று சிதைத்து வருவதை அவன் உணரத் துவங்கினான். அவனை மீறியே அவன் கோபப்பட்டான். கத்தினான். பசியும் தூக்கமும் காம உணர்ச்சிகளும் கூடத் தீவை சுற்றியிருந்த கடலின் எழுச்சியால் தூண்டப்படுவதும் கட்டுப்படுத்தப்படுவதையும் அவன் அறிந்து கொண்ட போது வியப்பாக இருந்தது. பல நேரங்களில் எவ்வளவு சாப்பிட்டாலும் பசி அடங்காமல் இருப்பதற்கு அங்கு வீசும் கடற்காற்றே காரணமாக இருந்தது.

சூறைக்காற்று உச்சத்தைத் தொட்ட ஒரு நாள் டக்ளஸ் ஆவேசமாகி துப்பாக்கியை வானை நோக்கி வெடித்தான். பிறகு வெறி கொண்டவன் போல கத்தினான். இன்றைக்கு அவனுடன் படகை எடுத்துக்கொண்டு முத்துக் குளிக்க அவர்கள் உடனே புறப்பட வேண்டும் என்று மிரட்டினான். தீவுவாசிகள் அதற்கு செவிசாய்க்கவில்லை. சினத்துடன் அவன் தனது துப்பாக்கியால் பட்டங்கட்டி குடும்பத்தைச் சேர்ந்த ஒரு ஆளின் பாதங்களில் சுட்டான். ரத்தம் பெருகியோடியபோதும் அந்த ஆள் வலியால் கத்தவேயில்லை. மற்ற ஆண்கள் டக்ளஸை வெறித்து பார்த்துக் கொண்டேயிருந்தார்கள். காற்றடி காலம் முடியும்வரை அவனது மிரட்டல்களுக்கு அவர்கள் செவிசாய்க்கவேயில்லை. பின்பு ஒரு நாள் காலை சுக்ருத இலைகள் அசைவற்றுப் போயின. காற்று ஒடுங்கிக்கொண்டுவிட்டது. கடல் இப்போது அலைகள் ஒடுங்கித் தணிந்திருந்தது. ஆலா குடும்பத்தின் ஆள் டக்ளஸை தேடிவந்து மறுநாள் காலை அவன் அவர்களுடன்

முத்துப்படுகையைக் காண கடலுக்குள் போகலாம் என்று சொன்னான்.

விடிகாலையில் அவர்கள் இரண்டு நாட்டுப் படகில் புறப்பட்டார்கள். ஒரு படகில் டக்ளஸ் மற்றும் இரண்டு துப்பாக்கி வீரர்களும் மற்ற படகில் ஆலா குடும்பத்து மூன்று ஆண்களுமிருந்தார்கள். படகை வலித்தபடியே கிழக்கு நோக்கிச் சென்றுகொண்டிருந்தார்கள். அவர்கள் முன்னால் செல்லச் செல்ல அடிவானம் வேக வேகமாக பின்னால் போய்க் கொண்டேயிருந்தது. திசை அறியமுடியாத கடலின் ஒரு புள்ளியில் அவர்களது படகு நின்றது.

ஆலா குடும்பத்தின் இரண்டு ஆண்கள் பிறை வடிவக் கல்லை காலில் கட்டிக்கொண்டு நீண்ட கயிற்றோடு கடலில் குதித்தார்கள். அவர்களுடன் காலில் ஒரு கல்லைக் கட்டிக் கொண்டு டக்ளஸ் குதித்தான். கடலின் அடிப்பகுதியை நோக்கி அவர்கள் சென்றபடியே இருந்தனர். கண்ணை யாரோ கையால் பொத்துவது போல நீர் முகத்தை மறைத்துக் கொண்டது. எடையற்ற உடல் சரிந்து அடியாழம் நோக்கி நழுவிக்கொண்டிருந்தது. பவளப்பாறை போல ஏதோ மினுங்கிக்கொண்டிருந்தது.

தன் முன்னே அசையும் நிழல்களைத் துரத்தியபடியே டக்ளஸ் கடலுக்குள் சென்றான். அவன் கண்கள் மெல்லிய வெளிச்சத்தை உணர்ந்தபோது தன்னோடு சேர்ந்து குதித்த இருவரையும் காணவில்லை. எது முத்து விளையும் படுகை, அவர்கள் எங்கே போனார்கள் என எதுவும் தெரியவில்லை. அவனுக்கு ஆத்திரமாக வந்தது. எப்படி, தன் கண்ணில் இருந்து மறைந்தார்கள்? அவன் கடலுக்குள்ளாகத் தேடி அலைந்தான். ஓய்ந்து சலித்துப் போய் டக்ளஸ் படகிற்கு வந்தபோது துப்பாக்கி வீரர்கள் மயங்கி கிடந்தார்கள். டக்ளஸ் தனி ஆளாக, படகை வலித்தபடியே திரிசடைத் தீவிற்கு வந்து சேர்வதற்குள் இரவாகியிருந்தது. தனது துப்பாக்கியுடன் அவன் ஆலா குடும்பத்தை நோக்கி ஓடினான். அவர்கள் ஒருவரும் வீட்டில் இல்லை. கடலுக்குள்ளாகவே மூச்சடக்கி இருக்கக்கூடுமோ என்று தோன்றியது. விடிகாலை அவன் மறுபடியும் நாட்டுப்படகில் புறப்பட்டு சென்றான். அவனால் அந்த இடத்தைக் கண்டுபிடிக்கவே முடியவில்லை.

ஆனால் அவன் திரும்பி வந்தபோது அதே ஆலா

குடும்பத்து ஆண்கள் மிக இயல்பாக வீட்டில் அமர்ந்து சாப்பிட்டுக்கொண்டிருந்தார்கள். தன்னை அவர்கள் ஏமாற்றி விட்டதாகக் கத்தி கூச்சலிட்டான். வயதான மனிதன் மட்டும் பதற்றமற்றக் குரலில் முத்துப்படுகையில் விளைச்சல் இல்லை. காத்திருக்க வேண்டும் என்று சொன்னான். டக்ளஸால் அதை நம்பமுடியவில்லை. அவர்களை கொன்று விடப் போவதாக மிரட்டினான். அதை எவரும் சட்டை செய்யவேயில்லை. கடலின் கூச்சலுக்குப் பழகிப்போனவர்கள் தனது மிரட்டலுக்கா பயப்படப்போகிறார்கள் என்று அவனுக்கே தோன்றியது. தான் இனி என்ன செய்வது என்று புரியாமல் அவன் குழப்பமடைந்தான்.

காற்றில் கிழிந்து போன கூடாரத்திற்குப் பதிலாக ஒரு பாறையின் ஓரமாக மரத்தடுப்பு ஒன்றை உருவாக்கி அதில் தங்கியிருந்த டக்ளஸ் தனது கூடாரத்திற்குள்ளாகவே நாளெல்லாம் படுத்துக் கிடந்தான். அவனது உடல் கொதிப்பு கொண்டது. கண்கள் சிவந்து எரிச்சலூட்டின. மூத்திரம் கூட கடுத்தது. இரவில் அவன் ஒளிரும் நட்சத்திரங்களைக் கண்டு பயந்து அலறினான். அவனுக்காகத் துப்பாக்கி வீரர்கள் பிரார்த்தனை செய்தார்கள். இரண்டு நாட்களுக்குப் பிறகு டக்ளஸ் படுக்கையில் இருந்து எழுந்து கொண்டான். தீவில் மஞ்சள் வெயிலடித்துக்கொண்டிருந்தது. உடலின் நீர்மை உறிஞ்சப்பட்டு தான் ஒரு காய்ந்த இலை போல உணர்ந்தான்.

இது நடந்த ஐந்தாம் நாளில் ஒரு துப்பாக்கி வீரன் கடலை நோக்கி ஓடி கத்திக் கூச்சலிட்டபடியே தன்னைத் தானே துப்பாக்கியால் சுட்டுக்கொண்டான். அது மற்றவர்களின் மனதில் ஆழமான வடுவை ஏற்படுத்தியது. அவர்கள் நடுக்கத்துடன் அந்தத் தீவிலிருந்து கிளம்பிப் போக இருப்பதாகச் சொன்னார்கள். டக்ளஸ் ஆத்திரமடைந்தான். அவர்களை தானே கொன்றுவிடப்போவதாகக் கத்தினான். அந்த மிரட்டல் அவர்களைத் தீவில் தங்க வைக்க போதுமானதாகயில்லை. முடிவில் டக்ளஸ் தெரியாமல் அவர்கள் இரவோடு இரவாகத் தப்பிப் போக முயற்சித்தார்கள். ஆனால் ஓநாய் போல அலைந்து கொண்டிருந்த டக்ளஸ் அவர்களை மடக்கிப் பிடித்து ஆயுதங்கள் மட்டும் தனக்கு வேண்டும் என்று வாங்கி வைத்துக் கொண்டு அவர்களை விடிகாலையில் கிளம்பும்படியாகச் சொன்னான். மறுநாள் காலை துப்பாக்கி வீரர்களின் படகுச் செல்வதை தொலைவில் நின்று தீவுவாசிகள்

பார்த்துக்கொண்டிருந்தார்கள். டக்ளஸ் மட்டும் தீவிலிருந்து போகவேயில்லை.

அவன் கடல் நண்டுகளைப் பிடித்து சமைத்துத் தின்பதும், காற்றில் அலையும் சுக்ருத இலைகளின் சப்தத்தை ரசித்த படியும் நாட்களைக் கழித்தான். அந்தத் தீவும் மனிதர்களும் அவனுக்குப் பழகியிருந்தார்கள். தீவுவாசிகளால் தன்னை நேசிக்க முடியாது. தன்னாலும் அவர்களை நேசிக்க முடியாது. ஒருவேளை என்றாவது மனவேகம் முற்றி அவர்களை தானே கொன்றுவிடக்கூடும். அல்லது அவர்கள் வெறுப்பின் உச்சத்தில் என்றாவது தன்னைக் கொல்லவும் கூடும் என்று அவனுக்கு தோன்றியது. இதில் யார் புலி யார் வேட்டைக்காரன் என்று அவனுக்குப் புரியவேயில்லை.

மழைக்காலம் துவங்கியது. பகலிரவாக மழை பெய்தபடியே இருந்தது. கடலில் விழும் மழைத்துளிகள் அடையாளமின்றி பிரம்மாண்டத்தில் ஒளிந்து கொண்டுவிடுகின்றன. மிகு மழையில் கடற்கரையே தெரியவில்லை. நுரைத்துப் பொங்கி வழிகிறது கடல். காற்றில்லாத அடர்மழை. நனையாத இடம் என்று உள்ளங்கை அளவுகூட அந்தத் தீவில் இல்லை. முத்துக் குளிப்பவர்கள் ஒண்டியிருந்த குகையின் வாசலை டக்ளஸ் மழைக்குள்ளாகவே ஒரு நாள் கடந்தபோது அவர்கள் தண்ணீருக்குள் உட்கார்ந்திருப்பதைக் கண்டான். அப்போதும் அந்த கண்கள் அவனை வெறுப்பதையே உணர்ந்தான்.

டக்ளஸின் துப்பாக்கி வீரர்கள் பெங்கால் போய் சேருவதற்குள் நோயுற்று கடலிலே இறந்து போனார்கள். அவர்களில் ஒருவனாக டக்ளஸ் இறந்து போயிருக்கக்கூடும் என்று கவர்னர் முடிவு செய்திருக்கக்கூடும். அவனைத் தேடி வேறு படைப்பிரிவுகள் வரவேயில்லை. காலம் உருமாறிக் கொண்டேயிருந்தது.

ஒவ்வொரு ஆண்டின் காற்றடி காலத்திலும் அவர்கள் முத்துக் குளிக்கக் கிளம்புவார்கள். முன்பு போலின்றி இப்போது ஒரே படகில் அவர்கள் ஒன்றாகச் சென்றார்கள். டக்ளஸ் அவர்களோடு ஒன்றாகவே குதிப்பான். ஆனால் கடலின் உள்ளே அவனால் ஒருபோதும் முத்துப்படுகையைக் காண முடிந்ததேயில்லை. அவர்கள் எப்போதும் போல அவனைத் தனித்துவிடுத்து கரையேறிப் போய்விடுவார்கள். இன்னமும் முத்து விளையவில்லை என்ற பதில் அவனை அதே தீவில்

காத்திருக்க வைத்தபடியே இருந்தது.

அவன் உருமாறிக்கொண்டிருந்தான். அவனுக்குள் நல்முத்துக்களை அடைய வேண்டும் என்பதைத் தவிர வேறு ஆசைகள் அத்தனையும் வடிந்து போயிருந்தன. சில வேளைகளில் அவன் அந்தத் தீவில் அலையும் காட்டுப் பூனையொன்றைப் போலவே தன்னை உணர்ந்தான். சில வேளைகளில் அவன் தன்னை மணலில் துளையிடும் குழி எறும்பு போல நினைத்துக்கொள்வான். அவன் மனதில் இருந்த வேட்கைகள் வடிந்துவிட்டன. ஒரேயொரு நெருப்பு. அதுவும் அணையாத பெரு நெருப்பாக எரிந்து கொண்டேயிருந்தது. அது நல்முத்துகள் தனக்கு வேண்டும் என்பதே. அதைத் தான் அறுவடை செய்த மறுநாள் அந்தத் தீவை விட்டு விலகிப் போய்விட வேண்டும் என்பதில் உறுதியாக இருந்தான். அதற்காகக் கடலைப் பார்க்கும்போதெல்லாம் அவன் மனது முத்துகள் விளைந்துவிட்டதா என்று உள்ளூரக் கேட்டுக் கொண்டேயிருந்தது.

மூன்று ஆண்டுகளுக்குப் பிறகு ஒரு நாள் படகில் ஐந்து வணிகர்கள் அந்தத் தீவிற்கு வந்து இறங்கினார்கள். அவர்கள் அன்னாசிப்பழங்களும் காடா துணிகளும் சாம்பிராணியும் ஊதுபத்திகளும் கொண்டுவந்து தீவின் உள்ளே இருந்த சூதனி கோவிலில் வைத்து வழிபட்டார்கள். தீவுவாசிகள் அவர்களை வரவேற்று கடற்சிப்பிகளையும் சங்கையும் அள்ளி அள்ளித் தந்தார்கள். தீவுவாசிகள் முத்துகளை ஒரு போதும் விற்பதில்லை என்பதையும் அவர்கள் அறுத்து எடுத்த முத்துகளை மருத்துவம் செய்வதற்காக அருகாமையில் உள்ள சூதனி கோவிலில் வைத்துவிட்டுப் போய்விடுவார்கள் என்றும் வணிகர்கள் சொன்னார்கள்.

டக்ளஸ் கடந்த மூன்று வருடமாக தான் முத்துகளுக்காகக் காத்திருப்பதாகச் சொன்னான். வணிகர்கள் முத்துகள் கடலில் விழும் கண்ணீர்த்துளிகள் என்றும் சூதனியின் கண்ணீர்த் துளிகள் கடலில் விழுந்தே முத்தாகிறது என்று அந்த மக்கள் நம்புவதாகச் சொன்னார்கள். சிறுவயதில் அப்படியான மாயக்கதையைத் தானும் கேட்டிருப்பதாக டக்ளஸ் சொன்னான். வணிகர்கள் தீவுவாசிகள் தந்த பொருட்களை தங்களது படகில் ஏற்றிக்கொண்டு புறப்படும்போது அவன் விரும்பினால் அவர்களோடு கூட வரலாம் என்றார்கள். டக்ளஸ் மறுத்துவிட்டான். அவன் கனவில் முத்துகள் வளர்ந்து கொண்டேயிருந்தன.

ஒன்பது வருடங்களுக்குப் பிறகு ஒரு நாள் அதிகாலை

திரிசடைவாசிகள் முத்துக் குளிப்பதற்காக டக்ளஸை அழைத்துக் கொண்டு கடலுக்குள் போனார்கள். டக்ளஸ் ஒடுங்கியிருந்தான். அவனிடம் பரபரப்பில்லை. கடலில் வீசி எறியப்பட்ட மரத்துண்டு மிதப்பதைப் போலவே தன்னை உணர்ந்தான். கடல் அவனுக்குப் பழகியிருந்தது. கண்ணால் காணும் கடல் வெறும் பொய்த் தோற்றம் என்பது புரிந்திருந்தது. தான் கடலினுள் முத்தைத் தேடிக் குதிக்க போவதில்லை என்று சொல்லி அவர்கள் உடலோடு சேர்த்து கட்டியிருந்த கயிற்றைப் பிடித்து இழுப்பவர்களில் ஒருவனாகப் படகில் இருக்கப் போவதாகச் சொன்னான்.

அவர்கள் கடலில் குதித்தார்கள். அடுத்த இரண்டாவது நிமிடம் கடலின் உள்ளிருந்து ஒருவன் வெளிப்பட்டு முத்து விளைந்துவிட்டதாகவும் மறுநாள் அறுத்துவிடலாம் என்றும் உற்சாகமாகச் சொன்னான். முதன்முறையாக அவர்கள் தன் மீது அக்கறையோடு பேசுவதை டக்ளஸ் உணர்ந்தான். அவனால் நம்ப முடியவில்லை. ஒன்பது வருடங்கள் காத்திருந்த முத்துகள் நாளை அவன் கைக்கு வந்துவிடும் என்பது மனதைக் களிப்படையச் செய்தது. தனது பயணத்திற்கான நாட்டுப் படகைத் தயார் செய்யத் துவங்கினான்.

மறுநாள் விடிகாலை பட்டங்கட்டியும் இரண்டு ஆண்களும் தயாராக இருந்தார்கள். டக்ளஸ் அவர்களுடன் கடலுக்குள் சென்றான். அன்றும் அவன் கயிற்றைப் பிடித்துக் கொள்பவனாகவே இருந்தான். இரண்டு மூங்கில் கூடைகள் நிறைய முத்துகளை அறுத்துக்கொண்டு வந்திருந்தார்கள். கரைக்கு வந்த பிறகு அவர்கள் சூதனி கோவில் முன்பாக இருந்த கல்பாறையில் சிப்பிகளைத் திறந்துப் பார்த்தார்கள். பெரிது பெரிதாக முத்துகள். சுக்ருத இலையொன்றைப் பறித்து அதில் முத்துகளை அள்ளி சூதனி முன்பாகப் படைத்து மண்டியிட்டு பிரார்த்தனை செய்தார்கள். டக்ளஸ் முத்துகளை வியப்புடன் பார்த்தபடியே இருந்தான். அதன் வசீகரமும் அழகும் கடித்துத் தின்றுவிடலாம் போலிருந்தது. பிறகு பட்டங்கட்டி அவன் விரும்பினால் அத்தனை முத்துகளையும் அள்ளிக் கொண்டு புறப்படலாம் என்று சொன்னார்.

டக்ளஸ் ஆவேசத்துடன் முத்துகளை அள்ளி அதற்காகவே வைத்திருந்த சுருக்குப் பையிலிட்டு தனது இடுப்போடு சேர்த்துக் கட்டிக்கொண்டான். அங்கிருந்த ஒருவரோடும் பேசவில்லை. தனது நாட்டுப்படகை எடுத்துக்கொண்டான். கடலில் அவன் புறப்பட தயார் ஆனபோது அதே குடும்பங்கள் கரையில் வந்து நின்று அவனை வெறித்துப் பார்த்தபடியே இருந்தன. அந்தக் கண்களில் இப்போது வெறுப்பில்லை.

மாறாக ஏளனம், கேலி மட்டுமே ததும்பிக் கொண்டிருந்தது.

அவன் துடுப்பை வேகவேகமாக வலிக்க துவங்கினான். தீவு கண்ணை விட்டு மறையத் துவங்கியது. நடுக்கடலுக்கு வந்தபோது தொண்டை காய்ந்து தாகமாக இருந்தது. வெளிர் நீல வானத்தின் கீழ் அவன் மட்டுமே இருந்தான். கடலின் பிரம்மாண்டம் கண்கொள்ள முடியாமலிருந்தது. தனது நீர்க்குடுவையை வாயில் வைத்து உறிஞ்சியபடியே கடலைப் பார்த்துக்கொண்டிருந்தான். கடலின் மீது தயங்கித் தயங்கி வெயில் ஊர்ந்து கொண்டிருந்தது. தீவுவாசிகளின் கேலிப்பார்வை அவன் கூடவே வருவது போலிருந்தது.

எங்கோ அதிகாரத்தில் உள்ள ஒருவரின் அற்ப சந்தோஷத்திற்காகத் தனது இத்தனை ஆண்டுகால வாழ்க்கையை அர்த்தமற்று செய்துவிட்டதைத்தான் தீவுவாசிகளின் கேலி வெளிப்படுத்துகிறதா? கடல் இத்தனை நாட்களாக அவனிடம் சொல்ல விரும்பியது இதுதானா? யோசிக்க யோசிக்க தீவுவாசிகளின் பரிகார முகத்தின் உண்மை அர்த்தம் புரியத் துவங்கியது. துடுப்பு வலிப்பதை நிறுத்திவிட்டு அவன் இடுப்பில் கட்டியிருந்த சுருக்குப் பையை வெளியே எடுத்து முத்துகளைக் கையில் கொட்டிப் பார்த்தான்.

ஏனோ வாய்விட்டு அழவேண்டும் போலிருந்தது. அந்த முத்துகளைத் தடவிப் பார்த்தான். முத்துகளின் மீது தீவு வாசிகளின் தீராத வெறுப்பு பிசுபிசுப்பாக படிந்துப் போயிருப்பதை அவனால் உணர முடிந்தது. தான் ஒரு இழிபிறவி என்று தன்னைத் தானே சபித்துக்கொண்டான். கட்டுப்படுத்த முடியாமல் கதறி அழுதான். அவனை ஆறுதல்படுத்த அங்கே யாருமேயில்லை.

முடிவில் அடங்கமுடியாத மனவலியோடு தன்கையில் இருந்த முத்துகளைக் கடலில் வீசி எறிந்தான். பிறகு எந்தப் பக்கம் போவது என்று புரியாமல் கடலை வெறித்துப் பார்த்தபடியே இருந்தான். காற்று அவன் தலையைக் கலைத்து விளையாடிக்கொண்டிருந்தது. கடற்பறவையொன்று அவனைக் கடந்து மேற்காகச் சென்றது. நீண்ட யோசனையின் பிறகு மெதுவாக திரிசடை தீவை நோக்கித் தனது படகைச் செலுத்தத் துவங்கினான்.

தரமணியில் கரப்பான்பூச்சிகள்

என்னை நீங்கள் பார்த்திருக்கிறீர்கள். ஆனால் என் பெயரை மறந்து போயிருப்பீர்கள் அல்லது கேட்டிருக்கவே மாட்டீர்கள். காரணம், நான் பெயரோடு பெரும்பாலும் அறிமுகமாகிக் கொள்வதேயில்லை. என் அடையாளமாக இருப்பது கரப்பான்பூச்சி மருந்து விற்பவன். அதுவும் ஜெர்மனியின் புகழ்பெற்ற பூச்சிக்கொல்லி நிறுவனமான வில்ஹெம் ஓபேரின் விற்பனைப் பிரதிநிதி என்ற அடையாள அட்டையிருக்கிறது. ஆகவே அது உங்களுக்குப் போதுமானது. எனக்கே கூட என் பெயர் தற்போது கொஞ்சம் அசௌகரியமாகவே இருக்கிறது.

பெயரைப் பொறுத்தவரை அது என்னோடு ஒட்டிக் கொள்ளவேயில்லை. வேலை மாறும்போது அதுவும் மாறிக் கொண்டேயிருக்கிறது. சிறுவயதிலே எனக்கு அந்த சந்தேகம் உண்டு. அடுத்தவர்களுக்காக ஏன் நான் ஒரு பெயரை வைத்துக்கொண்டிருக்கிறேன், என் பெயரால் எனக்கு என்ன நன்மை. அது தேவையற்ற விரல் ஒன்றைப் போல ஏன் கூடவே ஒட்டிக்கொண்டிருக்கிறது என்று. உலகில் பெயரில்லாமல் எவ்வளவோ பொருட்கள் இருக்கின்றன. நம் கண்ணிலும் படுகின்றன. அதை நாம் ஒருபோதும் பெரிதாகக் கருதியதேயில்லை. அப்படி நானும் இருந்து விட்டுப் போவதில் என்ன தவறிருக்கக்கூடும்.

என்றாலும் என்னைச் சுற்றியுள்ள மனிதர்களுக்குப் பெயர் வேண்டியிருக்கிறது. ஏதாவது ஒரு பெயர் போதும். அது ஒற்றை

எழுத்தாகக்கூட இருந்தாலும் அங்கீகரித்து விடுகிறார்கள். அதனால் ஒபேர் நிறுவனம் எனக்கு உருவாக்கிய கரப்பான்பூச்சி மருந்து விற்பவன் என்ற பெயரே போதுமானதாகயிருக்கிறது. அதை நான் ஆங்கிலத்தில் சொல்லும்போது தமிழை விட கூடுதலான ஒரு நெருக்கத்தை நீங்கள் அடைகிறீர்கள். கரப்பான்பூச்சிகளைக் கூட காக்ரோச் என்றுதான் பெரும்பான்மை வீடுகளில் சொல்கிறார்கள். கரப்பான்பூச்சி அளவில் கூட தமிழ் ஒட்டியிருப்பது மாநகரவாசிகளுக்குப் பிடிப்பதில்லை போலும்.

என்னைப் பற்றி அறிந்துகொள்வதில் உங்களுக்கு விருப்பம் எதுவும் இருக்கப்போவதில்லை. ஆனால் எனக்கு இரண்டு மணி நேரம் பணியிடை ஓய்வு இருக்கிறது. ஆகவே அதை போக்கிக்கொள்வதற்காகவே உங்களிடம் இதைச் சொல்கிறேன்.

ஆறு ஆண்டுகளுக்கு முன்பு நான் பயிற்சிப் பணியாளராக இருந்தபோது நெசப்பாக்கம் பகுதியின் முன் உள்ள பெட்ரோல் பங்க் முன்னால் தினமும் காலையில் சந்தித்துக் கொள்வோம். எங்களுக்கு தலைவராக இருந்தவர் மணிநாராயணன். அவர் கரப்பான்பூச்சி மருந்து விற்பதில் தமிழகத்திலே மூன்றாவது ஆளாகச் சாதனை படைத்தவர்.

நாங்கள் ஒவ்வொருவரும் ஒரு நாளைக்கு இருநூறு ஸ்பிரே விற்க வேண்டும் என்பதை அவர் இலக்காக வைத்திருந்தார். ஆகவே காலை ஏழு மணிக்குக் குழு குழுவாகப் பிரித்துப் பணியிடத்திற்கு அனுப்பிவிடுவார். அவரிடம் கரப்பான்பூச்சிகள் காலை ஏழு மணிக்கு எழுந்து கொள்ளுமா அல்லது உறக்கத்தில் இருக்குமா என்ற சந்தேகத்தை நான் ஒரு போதும் கேட்க முடிந்ததேயில்லை.

அவர் தனது கறுப்பு சூட்கேஸில் மாநகரின் வரை படத்தை நான்காக மடித்து வைத்திருக்கிறார். அந்த வரை படத்தில் நகரின் ஒவ்வொரு பகுதியும் ஒரு வண்ணத்தில் தனித்துப் பிரிக்கப்பட்டிருக்கும். எந்தப் பகுதியில் கரப்பான்பூச்சிகள் அதிகமிருக்கும், அங்கே எத்தனை பேர் போக வேண்டும் என்று வட்டமிட்டிருப்பார்.

ஒரு நகரைக் கரப்பான்பூச்சிகளின் எண்ணிக்கையைக் கொண்டு தனித்தனியாகப் பிரித்திருப்பது எவ்வளவு பெரிய விந்தை. அதை மணிநாராயணன் உணர்ந்திருப்பாரா?

அவர் கறாரான முகத்துடன் பல்லைக் கடித்துக்கொண்டு பேசுவார். அதுகூட வயதான ஒரு கரப்பான்பூச்சி பேசுவது

போலதானிருக்கும். அவர் இளைஞராக இருந்த காலத்தில் சென்னையில் அதிக கரப்பான்பூச்சிகள் இருந்திருக்கக்கூடும். அதில் பெரும்பகுதியை ஒழித்து ஒரு இனத்தின் அடிவேரைப் பாதியாக அழித்த பெருமை அவருக்கு உண்டு.

அன்று நெசப்பாக்கம் பகுதிக்குள் நாங்கள் ஆறு பேர் பிரித்து அனுப்பப்பட்டோம். புதிதாக வளர்ந்து வரும் பகுதி என்பதால் அது இன்னமும் ஒரு கிராமத்தின் சாயலைக் கொண்டிருந்தது. பால் மாடுகள், சாலையில் நின்று குளிப்பவர்கள், சிறிய ஓட்டு வீடுகள், முருங்கை மரங்கள், வறட்டி தட்டி விற்பவர்கள், மரப்பெஞ்சு போட்ட தேநீர்க்கடைகள், நகரப் பேருந்துகள் உள்ளே வராத சாலைகள், முட்டுச் சந்துகள் என்று கலவையாக இருந்தது. நான் அதன் தென் பகுதியில் உள்ள பனிரெண்டு வீதிகளை மதியத்திற்குள் முடித்துவர வேண்டும் என்று உத்தரவிட்டிருந்தார்.

எந்த வீட்டின் கதவை முதலில் தட்டுவது என்று புரியாமல் நடந்துகொண்டேயிருந்தேன். எங்கள் பணியில் முதல் சத்ரு நாய்கள். அது தெருநாயாகவோ, வளர்ப்பு நாயாகவோ எதுவாக இருந்தாலும் அதற்கு எங்களைப் பிடிப்பதேயில்லை. எங்களைக் கண்டு வாய் ஓயாமல் குரைக்கின்றன. கடிக்கப் பாய்கின்றன. இதே நாய்கள் பெண் விற்பனையாளரைக் கண்டு மட்டும் குலைப்பதில்லை. வாலாட்டுகின்றன. அது என்ன பேதம் என்றுதான் புரியவேயில்லை. நாய்கள் மனிதர்களுடன் பழகி அவர்கள் சுபாவத்தையே கொண்டிருக்கின்றன. ஒரு நாய்கூட நாய் போல நடந்து கொள்வதில்லை என்பதுதான் நிஜம்.

இதனால் நான் நாய்களை வெறுக்க ஆரம்பித்தேன். சீனாவில் மாநகரங்களில் நாய்கள் வளர்க்கவோ வீதியில் அலையவோ அனுமதிக்கப்படுவதேயில்லை என்று ஒருநாள் காலை பேப்பரில் வாசித்தேன். அதுதான் என் வாழ்நாளின் கனவும் கூட. ஆனால் நகரவாசிகள் நாய்களை நேசிக்கிறார்கள். எவரோ தெருநாய்களுக்கு கூட உணவளித்து அதன் வம்சவிருத்தியை அக்கறையோடு கவனித்துக்கொள்கிறார். இந்த விஷயத்தில் எனக்கு மக்களைப் புரிந்து கொள்ள முடியவேயில்லை.

விற்பனையாளராக நான் பணியில் சேர்ந்த போது ஒரு வார காலம் ஐந்து நட்சத்திர விடுதியில் வைத்து எங்களுக்குச் சிறப்புப் பயிற்சி கொடுக்கப்பட்டது. அதில் எத்தனை விதமான வண்டுகள், பூச்சிகள், எறும்புகள் வீட்டிற்குள் புகுந்து

விடுகின்றன என்று புகைப்படத்துடன் பெரிய கேட்லாக் ஒன்றை எங்களுக்குத் தந்தார்கள்.

என்னால் நம்பவே முடியவில்லை. நானூற்றுபதினாறு விதமான பூச்சிகள் நம்மோடு சேர்ந்து வாழ்கின்றன. கரப்பான் பூச்சிகளில்தான் எத்தனை விதம். நிறத்தில், வடிவத்தில் ஒன்றோடு ஒன்று மாறுபட்டவை. கண்ணில் பார்க்கும்போது நாம் அதை இவ்வளவு துல்லியமாக வேறுபடுத்தி அறிய முடியவில்லை. அத்தோடு கரப்பான்பூச்சிகளுக்குத் தனியான பெயர்கள் இல்லை என்பதால் அதை நாம் பொதுவான ஒன்றாகக் கருதுகிறோம்.

அந்தப் பூச்சிகளின் புகைப்படங்களைப் பார்த்தபோது நாமும் சிறு பூச்சிகள் போல் தான் வாழ்ந்து கொண்டிருப்பதாகத் தெரிந்தது. அந்தப் புகைப்படத்தை உண்மையில் நான் நேசித்தேன். ஒவ்வொரு கரப்பான்பூச்சியையும் நேரில் பார்த்து அறிமுகம் செய்து கொண்டுவிட வேண்டும் என்பது போல ஆசைப்பட்டேன். ஆனால் அவர்கள் அதை எப்படிக் கொல்வது. எங்கே அவை ஒளிந்து கொண்டிருக்கும். எவ்வளவு நேரத்தில் ஒரு கரப்பான்பூச்சி செத்துப் போகும் என்பதிலே கவனமாக இருந்தார்கள்.

உண்மையில் கரப்பான்பூச்சிகளைக் கண்டு ஏன் மக்கள் பயப்படுகிறார்கள். அது கடித்தால் விஷமா என்று சக ஊழியரைக் கேட்டேன். அவர், அது ஒரு பொய். பல காலமாக இந்தப் பொய்யை நாம் வளர்த்துக்கொண்டே வந்து விட்டோம். அந்தப் பொய்யில் தான் நமது சம்பாத்தியம் அடங்கியிருக்கிறது என்று சிரித்தபடியே சொன்னார்.

என்னால் அதை ஏற்றுக்கொள்ள முடியவில்லை. ஒரு சமூகம் ஏன் கரப்பான்பூச்சிகளை வெறுக்கிறது. கண்ணில் பட்டாலே அருவருப்பு கொண்டுவிடுகிறது. என்ன பகையிது. ஏன் இவ்வளவு வெறுப்பும் அசூயையும் என்று ஐந்து நாளும் யோசித்தேன். அப்படியும் என்னால் புரிந்து கொள்ள முடியவில்லை.

எங்களது பயிற்சி வகுப்பை நடத்த கொல்கத்தாவில் இருந்து வந்திருந்த மோகித்சென் வங்காள உச்சரிப்பிலான ஆங்கிலத்தில் நீங்கள் ஒவ்வொரு வீட்டின் கதவைத் தட்டியதும் சொல்ல வேண்டிய முதல் பொய் எது தெரியுமா? என்று கேட்டார். நாங்கள் அமைதியாக இருந்தோம்.

அந்தப் பொய் அற்புதமானது. அது எந்த வீட்டையும் திறக்கக்கூடிய சாவியை போன்றது என்று கைகளை உயர்த்தி ஆர்ப்பாட்டமாகச் சொன்னார். அவரது பொய்யை கேட்க ஆவலாக இருந்தோம்.

உங்களது முதல் பொய் இதுதான். உங்கள் அருகாமையில் விஷமான கரப்பான்பூச்சிகள் பெருகிவருவதாக அறியப்படுகிறது. அவை கடித்தால் விபரீதமாகிவிடும். அதிலிருந்து உங்களை காப்பாற்றிக்கொள்ள நீங்கள் ஏன் எங்கள் தயாரிப்பைப் பரிசோதித்து பார்க்க கூடாது என்பதே.

இந்தப் பொய்யை நீங்கள் உணர்ச்சிவசப்படமால், கண்களில் மிகுந்த அன்பும் வாஞ்சையோடும் சொல்லிச் சொல்லிப் பழகவேண்டும். காரணம், புதிய மனிதர்களை எதிர்கொள்ளும்போது அவர்கள் கண்களைத் தான் மக்கள் கவனிக்கிறார்கள் என்றார்.

அதைக் கேட்ட போது எனக்கு எரிச்சலாக வந்தது. எந்த மனிதனும் அடுத்தவனின் உதடை ஏன் கவனிப்பதில்லை. கண்கள் ஒருபோதும் பொய் சொல்வதில்லை. உதடுகள் தான் பொய் சொல்கின்றன. ஆனால் அதை மக்கள் ஏன் இவ்வளவு அலட்சியமாக விட்டுவிடுகிறார்கள். எனக்கு என்னவோ அடுத்தவரின் பொய்கள் மீது நாம் உள்ளூர ஆசை கொண்டிருக்கிறோமோ? என்றுதான் தோன்றுகிறது.

அன்று எங்கள் பயிற்சி வகுப்பில் நாங்கள் நாற்பத்தி ரெண்டு பேரும் ஒருவரையொருவர் பார்த்துக் கண்களில் அன்பு ஒழுக உங்கள் வீட்டின் அருகாமையில் விஷமுள்ள கரப்பான்பூச்சிகள் பெருகிவிட்டன. எங்கள் தெளிப்பானை உபயோகித்து அவற்றைக் கொல்லுங்கள் என்று நேசத்துடன் சொல்லிப் பழகினோம்.

மிக அபத்தமான நாடகம் ஒன்றில் பாத்திரமாகிவிட்டதைப் போல இருந்தது. ஆச்சரியமான உண்மை என்னவென்றால் நான் பதினைந்து நிமிடங்களிலே அந்த வேஷத்திற்கு கச்சிதமாகப் பொருந்தி போய்விட்டதுதான். நான் அதைச் சொல்லும்போது அந்த வீட்டில் கரப்பான்பூச்சிகள் ஓடுவது என் கண்ணில் நிஜமாகத் தெரிவது போல இருக்கிறது என்று மோகித் சென் பாராட்டினார்.

பொய்கள் எளிதாகப் பழகிவிடுகின்றன. உண்மையைச் சொல்வதற்கு தான் நிறைய நடிக்க வேண்டியிருக்கிறது. அந்தப்

பயிற்சிக்காலத்தில் மக்களைப் பயமுறுத்த வேண்டியதே நாங்கள் திரும்பத் திரும்பச் செய்ய வேண்டிய வேலை என்று அறிவுறுத்தப்பட்டது.

அது எளிதான ஒன்றில்லை. மக்கள் எப்போது எதைக் கண்டு பயப்படுவார்கள் என்பது மாபெரும் புதிர். ஆனால் கரப்பான்பூச்சிகளைச் சொல்லிப் பெண்களை எளிதாகப் பயமுறுத்திவிடலாம். ஆகவே ஆண்கள் வீட்டில் இல்லாத நேரங்களில்தான் நாங்கள் கதவைத் தட்ட வேண்டியிருந்தது.

பெண்கள் கரப்பான்பூச்சி குறித்து விதவிதமான கற்பனையைக் கொண்டிருக்கிறார்கள் என்பதை என் பணி அனுபவத்தில் முழுமையாக உணர்ந்திருக்கிறேன். வேறு எந்தப் பூச்சியை விடவும் கரப்பான் அந்த அளவில் துரதிருஷ்டசாலி. அதைப் பெண்கள் வெறுக்கிறார்கள். அழித்து ஒழிக்கப் பணம் செலவழிக்கிறார்கள். பெண்களால் வெறுக்கப்படுவது அழிந்து போவது இயற்கை தானே!

நான் பெண்களிடம் கரப்பான்பூச்சி பற்றி விதவிதமாகப் பொய் சொல்லப் பழகியிருந்தேன். குறிப்பாக, அவர்கள் குளியல் அறையில் வந்து ஒளிந்து கொள்ளும் கரப்பான்பூச்சிகள் ஒருவிதமான பச்சை நிற திரவத்தை உமிழ்கின்றன என்றும், அது உடலில் பட்டால் உடனே தோலில் புள்ளி புள்ளியாக உருவாகத் துவங்கிவிடும் என்றும் மிரட்டினேன். அதை அவர்கள் அலட்சியப்படுத்தினால் ஒரு மாத காலத்தில் உடலெங்கும் நோய் பரவி அகோரமாகிவிடுவார்கள் என்றும் சொன்னேன்.

இந்தப் பொய் ஒரு பிரம்மாஸ்திரம் போன்றது. அதிலிருந்து எந்தப் பெண்ணும் தப்பவே முடியாது. ஒரு பெண் இந்தப் பொய்யை கேட்டு கண்ணீர் விட்டு அழுதாள். அப்படி அவள் உண்மையில் கரப்பான்பூச்சிகளால் கடிபட்டடிருக்கிறாள் என்றும் அந்த சந்தேகத்தை நான் உறுதி செய்து விட்டதாகச் சொல்லி உடனடியாக எனது தெளிப்பானை வாங்கிக்கொண்டதுடன் இதற்கு என்ன விதமான சிகிச்சைகள் எடுத்துக்கொள்ள வேண்டும் என்று அக்கறையோடு கேட்டாள்.

இதற்காக நான் கூடுதலாகக் கொஞ்சம் அழகுக்கலைக் குறிப்புகளை வாசிக்க வேண்டிய அவசியமிருந்தது. அதற்கு நான் பெரிய சிரமம் ஒன்றும் எடுக்கவில்லை. பழைய பேப்பர் கடைகளில் உள்ள ஐந்தாறு வருட பழைய ஃபெமினா, ஈவ்ஸ்

வீக்லி போன்ற இதழ்களைப் புரட்டி அதில் வெளியான அழகுக் குறிப்புகளை மனதில் நிறுத்தி வைத்துக் கொள்வேன்.

உண்மையில் ஒரு கரப்பான்பூச்சிக் கொல்லி விற்பவன் எவ்வளவு நுட்பமாகப் பணியாற்ற வேண்டியிருக்கிறது என்பதை நீங்களே நினைத்துப் பாருங்கள். அந்தப் பெண் நான் சொன்ன அழகுக்குறிப்பை நிச்சயம் பயன்படுத்த துவங்கியிருப்பாள். எல்லா அழகுக் குறிப்புகளும் பயத்திலிருந்து உருவானவை தானே.

கரப்பான்பூச்சி பற்றிய பொய்களை மக்கள் சந்தேகம் கொள்வதேயில்லை. பூச்சிகள் கொல்லப்படும்போது மக்கள் நிம்மதி அடைகிறார்கள். கரப்பான்பூச்சிகள் எவ்வளவு காலம் உயிர்வாழ கூடியவை. அதில் ஆண் — பெண் என்று வேறுபாடு இருக்கிறதா? வயதாகிச் செத்த கரப்பான்பூச்சி என்று ஒன்றாவது உலகத்தில் இருக்குமா என்று எவரும் என்னிடம் கேட்டதேயில்லை.

நான் இந்தப் பணியில் ஆரம்ப நாட்களில் வீட்டின் காலிங் பெல்லை அடிக்க கூச்சப்பட்டிருக்கிறேன். காலிங் பெல் மீது கை வைத்தவுடனே எனது இதயம் வேகமாகத் துடிக்க ஆரம்பித்துவிடும். வீட்டிலிருந்து எந்த வயதில் யார் வெளியே வருவார்கள் என்று மனதில் ஒரு கற்பனை உருவம் தோன்ற ஆரம்பிக்கும். பெரும்பாலும் என் கற்பனை பொய்யாகிவிடும். அரிதாக ஒன்றிரண்டு முறை நான் நினைத்தது போலவே மெலிந்த உடலும் நெளிகூந்தலும் தூக்கம் படிந்த முகத்தோடு பெண்கள் வந்திருக்கிறார்கள்.

நான் பயிற்றுவிக்கப்பட்ட கிளி போல சொல்வதை அவர்கள் காதுகள் கேட்டுக்கொள்வதில்லை. சலிப்புடன் வேண்டாம் என்றோ, ஏன் காலிங் பெல்லை அடித்தேன் என்று கோபப்பட்டோ கதவை மூடிவிடுவார்கள். மூடிய கதவிற்கு வெளியில் சில நிமிடங்கள் நின்று கொண்டிருப்பேன். அப்போது மனதில் சில விபரீதமான எண்ணங்கள் தோன்றத் துவங்கும். கொலை, கொள்ளை, கற்பழிப்பு, என்று கரும்புகை சுழல்வதைப் போல தீவினைகள் என் மனதில் புகைய ஆரம்பிக்கும். பிறகு அது தானே அடங்கி ஒடுங்கியதும் இறங்கிப் போய்விடுவேன். பூச்சிமருந்து விற்பவன் வேறு என்ன செய்ய முடியும்?

விற்பனை பிரதிநிதி என்பவன் பொதுவெளியில் அலையும் ஒரு நடிகன். நாடக கதாபாத்திரம் ஒன்றுதான், எப்போது

மேடையில் நுழைவோம் என்று திரையின் பின்னால் நின்றபடியே காத்துக்கொண்டிருப்பது போன்ற மனநிலை தான் தினமும் எனக்கு நேர்கிறது.

ஒவ்வொரு நாளும் பூச்சிமருந்துகளுடன் தெருவில் நடந்து போகத் துவங்கியதும் எந்த வீட்டின் கதவை முதலில் தட்டுவது என்று குழப்பமாக இருக்கும். எனது சக ஊழியர்கள் ஒவ்வொருவரும் இதற்கான தனியான வழிமுறை ஒன்றை வைத்திருந்தார்கள்.

மூத்த விற்பனையாளரான சங்கரன் எப்போதுமே வலது பக்கம் உள்ள வீட்டைத்தான் முதலில் தட்டுவார். எல். கோவிந்துவிற்கு ஒன்பது ராசியான எண் என்பதால் எட்டு வீடுகளைத் தவிர்த்துவிட்டு ஒன்பதாவது வீட்டில் யாரும் இல்லாமல் போயிருந்தால்கூட அதைத்தான் முதலில் தட்டுவார். நான் இப்படி எந்தப் பழக்கத்தையும் உருவாக்கி கொள்ளவில்லை. மாறாக நான் நடக்கத் துவங்குவேன். சில நேரம் வீதியின் கடைசி வரை கூட நடந்து கொண்டேயிருப்பேன். மனதில் நடிக்கத் துவங்கு என்ற குரல் கேட்க ஆரம்பிக்கும். அது உச்சத்திற்கு எட்டியதும் சட்டென ஏதாவது ஒரு வீட்டுக் கதவை தட்டிவிடுவேன்.

பகல் நேரங்களில் திறக்கப்படும் வீடுகளைக் கவனிக்கிறேன். எல்லா வீடுகளும் அலங்கோலமாகவே இருக்கின்றன. ஒழுங்கின்மை, கவனமின்மை பீடித்திருக்கிறது. தேவையற்ற பொருட்கள் குவிந்துகிடக்கின்றன. பயத்தோடு தான் கதவைத் திறக்கிறார்கள். சில வீடுகளில் கதவைத் திறப்பதேயில்லை. ஆனால் குரல் மட்டும் வெளியே கேட்கிறது. அப்படித் திறக்கப் படாத கதவுகளைப் பொய் சொல்லி திறக்க வைப்பதே எங்களது சாமர்த்தியம்.

ஆகவே கதவின் முன்னே நின்றபடியே நான் சுகாதாரத் துறையில் இருந்து வந்திருப்பதாகப் பொய் சொல்லுவேன். உடனே கதவு திறந்துவிடும். மக்கள் அரசாங்கத்திற்குப் பயப்படுகிறார்கள். எவ்வளவு மேன்மையான குணமது. அவர்களிடம் சுகாதாரத் துறை இந்தப் பகுதியில் கரப்பான்பூச்சிகள் பெருகிவிட்டதாக அடையாளம் கண்டுள்ளது என்று கறாரான குரலில் சொல்வேன். அவர்கள் கலக்கத்துடன் அது தன்னுடைய தவறில்லை என்பதுபோலவே கேட்டுக் கொள்வார்கள். என்னிடம் உள்ள குறிப்பு நோட்டில் அந்த வீட்டோர் பற்றிய விபரங்களைக் கேட்டறிந்து மறுநாள்

எனது சகாக்களில் ஒருவனை அங்கே அனுப்பி தெளிப்பானை விற்பது வழக்கம்.

மக்கள் தங்களை விட சிறிய உயிரினங்கள் எல்லாவற்றையும் வெறுக்கிறார்கள். கொன்றுவிடத் துடிக்கிறார்கள். அதில் குழந்தைகள் கூட விதிவிலக்கில்லை. எந்தக் குழந்தையும் ஒரு எறும்பைக்கூட நேசிக்கவில்லை. எறும்பைத் தலை வேறு உடல் வேறாகப் பிய்த்து கொல்வதில் எவ்வளவு ஆனந்தம் கொள்கின்றன. இவ்வளவு ஏன், அழகிகளாக நாம் கொண்டாடும் பெண்கள் வன்மத்துடன் பூச்சிகளைக் கட்டையால் அடித்துக் கொல்வதை நீங்கள் அருகில் இருந்து பார்க்க வேண்டும். எவ்வளவு ஆவேசம்.

ஆண்கள் பூச்சிகளுடன் வாழ்வதில் அதிக பேதம் காட்டுவதில்லை. எப்போதாவது அதைக் கண்டு சலித்துக் கொள்கிறார்கள். சில வேளைகளில் அதைக் கட்டுப்படுத்த முடியாத தனது ஆண்மையை நினைத்துக் கோபம் கொள்கிறார்கள். ஒன்றிரண்டு மெல்லிதயம் படைத்த ஆண்கள் மட்டுமே பூச்சிக்கொல்லிகளை உபயோகிக்கிறார்கள். இது பொது உண்மையில்லை. எனது கண்டுபிடிப்பு

கரப்பான்பூச்சி மருந்து விற்பவர்கள் இப்படி நிறையக் கண்டுபிடிப்புகளைக் கொண்டிருக்கிறார்கள். இன்னொரு உதாரணம் சொல்கிறேன். கரப்பான்பூச்சியை கொன்ற பிறகு பெரும்பான்மை மக்கள் அதன் மீசையைப் பிடித்து மட்டுமே தூக்கி வெளியே எறிகிறார்கள். காரணம், மீசையின் மீதுள்ள தாங்கமுடியாத வெறுப்பு. மனிதர்கள் எவராவது இப்படி மீசையைப் பிடித்துத் தூக்கி எறியப்பட்டிருக்கிறார்களா?

பெரும்பான்மை வீட்டுப் பெண்களின் கவலை எல்லாம் எனது தெளிப்பானை எவ்வளவு மலிவாக வாங்கிவிட முடியும் என்பதே. நாங்களே அந்தத் தந்திரத்தை நுகர்வோருக்கு அளித்திருந்தோம். எங்கள் பூச்சி மருந்து தெளிப்பானின் விலை பனிரெண்டு ரூபாய் முப்பது காசுகள். அதை நாங்கள் இருநூற்று ஐம்பது ரூபாய்க்கு விற்பனை செய்கிறோம். வீடு தேடி வரும் சலுகை என்று அதை ஐம்பது ரூபாய் குறைத்து இருநூற்றுக்கு விற்பனை செய்கிறோம். அதை அடித்துப்பேசி விலை குறைக்கும் பெண்களிடம் உங்களுக்காக மட்டும் நூற்று ஐம்பது என்று விற்பனை செய்வோம். அப்படி வாங்கிய பெண் அளவில்லாத சந்தோஷம் கொள்வதை என்னால்

காண முடிந்திருக்கிறது. ஒரு கரப்பான்பூச்சி மருந்தை விலை குறைத்து வாங்கிவிடுவது எளிய செயலா என்ன?

ஒரேயொரு முறை ஒரு பெண் என்னிடம் எனது தெளிப்பானால் எவ்வளவு கரப்பான்பூச்சிகளைக் கொல்ல முடியும் என்று கேட்டாள். எங்கள் பயிற்சிக்காலத்தில் இந்தக் கேள்வியை நான் கேட்டிருந்தால் நிச்சயம் கைதட்டு கிடைத்திருக்கும். மோகித்சென் அதற்கான விடையை உடனே சொல்லியிருப்பார். ஆனால் அன்று அந்தப் பெண் கேட்டதற்கு என்னிடம் பதில் இல்லை. உடனடியாகப் பொய் சொல்லவும் முடியவில்லை.

நான் சமயோசிதமாக உங்கள் வீட்டில் உள்ள அத்தனை கரப்பான்பூச்சிகளையும் கொல்ல முடியும் என்று மட்டுமே சொன்னேன். உடனே அந்தப் பெண் எறும்புகளை இதனால் கொல்ல முடியுமா என்று கேட்டாள். எறும்புகள், ஈக்கள், பொறிவண்டுகள், விளக்குப் பூச்சிகள் என அத்தனையும் கொல்ல முடியும் என்று சொன்னேன். அவள் பல்லியைக் கொல்ல முடியுமா என்று மறுபடியும் கேட்டாள். பல்லியைக் கொல்வது பாவம் என்று மட்டுமே சொன்னேன். அவளும் அதை உணர்ந்து கொண்டவளைப் போல தலையாட்டி விட்டு பணத்தை எண்ணித் தந்தாள். அந்தப் பணத்தில் ஒரு கிழிந்து போன ஐம்பது ரூபாய் இருந்தது. அதை என்னிடம் தந்திரமாகத் தள்ளிவிட்ட திருப்தி அவளுக்கு இருந்திருக்கும். ஒருவேளை அதற்காகவே இந்தத் தெளிப்பானை அவள் வாங்கியிருக்கவும் கூடும்.

மனிதர்கள் மிகவும் விசித்திரமானவர்கள் என்பதே என் அனுபவம். அவர்கள் அடுத்தவரை ஏமாற்றுவதில் அலாதியான ஆனந்தம் அடைகிறார்கள். அதை வளர்த்துக் கொள்ள விரும்புகிறார்கள். அடுத்த தலைமுறைக்குக் கற்றுத் தருகிறார்கள். ஏமாற்றியதைப் பற்றிப் பெருமைப் பேசுகிறார்கள்.

ஒரு நாள் ஸ்ரீனிவாசா திரையரங்கு அருகாமையில் உள்ள வீட்டின் கதவைத் தட்டினேன். மதியமிருக்கக் கூடும். பெரும்பான்மையினர் மதியத்தில் உறங்கிவிடுகிறார்கள். மனிதர்கள் உறங்கும்போது உலகம் அமைதி அடைகிறது என்று காலண்டர் தாளில் ஒரு வாசகம் படித்தேன். அது எனக்கு மிகவும் பிடித்திருந்தது.

அதனால் நாங்கள் மதியம் இரண்டு முதல் நான்கு வரை வேலை செய்வதில்லை. எங்காவது ஆசுவாசப்படுத்திக்

கொள்வோம். அன்று நான்கு மணிக்குச் சற்று முன்பாக அந்த வீட்டின் கதவைத் தட்டியிருந்தேன். வயதான ஒருவர் கதவைத் திறந்தார். அவரிடம் நான் பூச்சிமருந்து விற்பனையாளன் என்று சொன்னதும் அவர் உள்ளே வரச்சொன்னார். அந்த வீடு அழுக்கடைந்து போயிருந்தது. சுவரெங்கும் மழை நீர் இறங்கிய கறை. மூடிக்கிடந்த ஜன்னல். அதில் ஒரே போல நாலைந்து உபயோகமற்ற பல்துலக்கிகள். அறையெங்கும் பழைய நாளிதழ்கள். வார, மாத இதழ்கள், புத்தகங்கள் குப்பை போல் குவிந்து கிடந்தன. அவர் அதற்கு ஊடாகவே ஒரு சாய்வு நாற்காலியைப் போட்டிருந்தார். அருகாமையில் துருப்பிடித்துப் போன ஒரு கட்டில் அதன் மீது முழுவதும் வெவ்வேறு விதமான புத்தகங்கள், அடியிலும் கட்டுக்கட்டாக பழைய நாளிதழ்கள். கயிற்றுக்கொடியில் பழுப்பேறிய வேஷ்டி பனியன்கள் காய்ந்து கொண்டிருந்தன. நிச்சயம் அவரிடம் எளிதாக ஒரு தெளிப்பானை என்னால் விற்றுவிட முடியும் என்று தோன்றியது.

நான் தூசியால் ஏற்பட்ட அசௌகரியத்தைப் பொருட்படுத்தாமல் நின்றுகொண்டிருந்தேன். அவர் ஒரு நாளிதழ் கட்டைக் காட்டி அதில் ஏறி என்னை உட்காரச் சொன்னார். நான் அதில் உள்ள தூசியைக் கையால் தட்டியபோது நாசியில் காரமேறித் தும்மல் வந்தது. எனது தெளிப்பானை வெளியே எடுத்து விளக்கம் சொல்ல ஆரம்பித்தேன்.

அவர் அதைப் பிறகு பார்த்துக்கொள்ளலாம். தான் நிச்சயம் ஒன்றை வாங்கிக்கொள்கிறேன் என்றபடியே எனக்குத் திருமணமாகிவிட்டதா என்று கேட்டார். இல்லை என்று சொன்னேன். குடிக்கிற பழக்கமிருக்கிறதா என்று கேட்டார். இல்லை என்று அவசரமாக மறுத்தேன். அவர் தலையாட்டிக்கொண்டு கேலியான தொனியில் இதுவரை எவ்வளவு கரப்பான்பூச்சிகளைக் கொல்ல உதவியிருக்கிறாய் என்று ஆங்கிலத்தில் கேட்டார். அது என்னைக் குத்திப் பார்ப்பது போல இருந்தது.

அது உபயோகமில்லாதவை, அழிக்கப்பட வேண்டியவை தானே என்று கறாராகச் சொன்னேன். அவர் தலையாட்டிக் கொண்டார். பிறகு என் அருகில் இருந்த ஒரு பேப்பர் கட்டைக் காட்டி அதை பிரிக்கும்படியாகச் சொன்னார். நான் குனிந்து எடுத்து அதைப் பிரித்தபோது 1978 ஆம் வருடம்

நவம்பர் 7ம் தேதி பேப்பரை எடுக்கும்படியாகச் சொன்னார். எதற்காக இவற்றை எல்லாம் சேகரித்து வைத்திருக்கிறார் என்று புரியவில்லை.

பழுப்பேறி எழுத்து மங்கிப் போயிருந்த ஒரு பேப்பரை எடுத்து நீட்டினேன். அதன் ஆறாம் பக்கத்தை உரக்கப்படி என்று சொன்னார். பிரித்துப் பார்த்தபோது அதில் ஒரு கரப்பான்பூச்சி படமிருந்தது. சப்தமாகப் படித்தேன். மடகாஸ்கரில் காணப்பட்ட ராட்சச கரப்பான்பூச்சியது. அது ஐந்து அங்குல நீளமுடையது. முப்பது கிராம் எடை கொண்டது அதைக் கரப்பான்பூச்சிகளின் டைனோசர் என்று குறிப்பிட்டிருந்தார்கள். அவர் அதைக் கவனமாகக் கேட்டுகொண்டிருந்துவிட்டு இதுபோல ஒன்றை நீ பார்த்திருக்கிறாயா என்று கேட்டார். இல்லை என்றேன்.

இது நம் ஊரில் இருந்து அழிக்கப்பட்ட இனம். நான் பார்த்திருக்கிறேன். நான் இதைப் பற்றி மறுப்பு எழுதி அனுப்பினேன். அது பத்திரிகையில் வரவேயில்லை என்று சொன்னார். நான் அமைதியாக இருந்தேன். அவர் விஞ்ஞானம், வானவியல், ஜோசியம், ஐன்ஸ்டீன் குவான்டம் தியரி, ரிச்சர்ட் டாவ்கின்ஸ் என்று ஏதேதோ பேசிக்கொண்டிருந்தார். எனக்கு நிறைய வேலையிருக்கிறது என்று எழுந்து கொள்ள முயன்றேன்.

அவர் தனது பர்சில் இருந்து இருநூறு பணத்தை எடுத்துத் தந்து தெளிப்பான் எனக்கு வேண்டாம். நீயே உபயோகப்படுத்திக்கொள். உனக்கு நேரமிருந்தால் என்னோடு வந்து பேசிக்கொண்டிரு. ஒவ்வொரு முறையும் இப்படி ஒரு தெளிப்பானை வாங்கிக் கொள்கிறேன். காரணம் நானே ஒரு கரப்பான்பூச்சி போலதான் வாழ்ந்து கொண்டிருக்கிறேன். எனக்கு இப்போது வயது எழுபத்தியாறு. பனிரெண்டு வருடமாக இந்த அறையை விட்டு வெளியே போவதே கிடையாது. பிள்ளைகள் அமெரிக்கா போய் விட்டார்கள். யாரும் என்னைத் தேடி வருவது கிடையாது.

நான் முப்பது வருடங்கள் அறிவியல் ஆய்வுத்துறையில் வேலை செய்திருக்கிறேன். பதவி, சம்பாத்தியம், உறவு, பெயர் புகழ் எல்லாம் பொய். மயக்கம். எதுவும் நமக்கு கைக் கொடுக்கப்போவதில்லை. முதுமை ஒரு நீண்ட பகலைப் போலிருக்கிறது.

பழைய நாளிதழ்களை திரும்பத் திரும்பப் படிப்பதில் எனக்கு ஆனந்தமாக இருக்கிறது. இந்தச் செய்திகள் யாவும் நடந்து முடிந்துவிட்டவை தானே. ஆனால் அவற்றைப் பற்றிக் கற்பனை செய்து கொள்ளும்போது ஏனோ மிக சந்தோஷமாக இருக்கிறது. உனக்கு நேரமிருந்தால் என் வீட்டுக் கதவை நீ எப்போதும் தட்டலாம். ஒரு வேளை நீ வரும்போது நான் செத்துக்கிடந்தால் இந்தப் புத்தகத்தின் உள்ளே கொஞ்சம் பணமிருக்கிறது. எடுத்துச் செலவு செய்து எரித்துவிடு என்று சொன்னார்.

நான் உண்மையில் பயந்து போய்விட்டேன். அவர் தந்த பணத்தை என்ன செய்வது என்று தெரியவில்லை. அவரைச் சந்தித்த பிறகு நான் சென்ற வீடுகளில் எதிலும் ஒரு தெளிப்பானைக் கூட விற்பனை செய்ய முடியவில்லை. மனதில் அவரது குரல் என்னை வதைக்க துவங்கியது. அவர் என்னை மிகவும் பாதித்திருந்தார். இதற்காக அன்றிரவு நானும் செல்வரத்தினமும் குடிப்பதற்காகச் சென்றோம்.

ஒயின்ஷாப்பின் மதுக்கூடங்களில் அதிக கரப்பான்பூச்சிகள் வளர்க்கப்படுகின்றன. அவற்றைக் குடிகாரர்கள் நேசிக்கிறார்கள். போதையில் பேச ஆள் கிடைக்காதபோது கரப்பான்பூச்சிகளோடு பேசுகிறார்கள். சேர்ந்து குடிக்கிறார்கள். நான் போதையேறி செல்வரத்தினத்திடம் நமது மேலாளராக உள்ள மணிநாராயணைக் கொல்ல வேண்டும். அவன் ஒரு பெருச்சாளி போல நம் உழைப்பைத் தின்று ஊதிக்கொண்டு வருகிறான் என்று கத்தினேன். அவன் கட்டுப்படுத்த முடியாமல் அழுதான். விற்பனைப் பிரதிநிதிகள் அழுவதற்கு நிறைய காரணங்கள் இருக்கின்றன. அதை நானும் அறிவேன். ஆகவே அவனோடு சேர்ந்து அழுவதற்கு முற்பட்டேன். என்னால் அப்படிப் பொது இடத்தில் அழ முடியவில்லை. செல்வரத்தினம் அழுவதைக் கண்ட ஒரு குடிகாரன் அவன் மீது அன்பாகி தனது மதுவை பகிர்ந்து கொண்டான்.

அப்போது எனது இருக்கையின் அருகில் உள்ள செங்கல் சுவரில் ஒரு கரப்பான்பூச்சி நின்றபடியே என்னைப் பார்த்துக் கொண்டிருந்தது. அது என்னோடு பேச விரும்புகிறதோ எனும்படியாக அதன் பார்வையிருந்தது. நான் என்ன பேசுவது என்று புரியாமல் அதைத் தவிர்க்கத் துவங்கினேன். என்றாவது இப்படியொரு இக்கட்டு உருவாகக்கூடும் என்று எனக்குத் தெரியும். ஆனால் அதை இந்த நிலையில் என்னால்

எதிர்கொள்ள முடியவில்லை. ஆகவே நான் கோபத்துடன் கரப்பான்பூச்சிகளை விரட்டியடியுங்கள் என்று கத்தினேன்.

அங்கிருந்த பணியாளர்கள் எவரும் அதைக் கேட்டுக் கொள்ளவேயில்லை. அந்தப் பூச்சி திமிரோடு என்னைப் பார்த்துக்கொண்டிருந்தது. எனக்குக் குற்றவுணர்ச்சியானது. நான் உடனே அந்த இடத்திலிருந்து வெளியேறி தனியே நடக்க ஆரம்பித்தேன்.

குற்றவுணர்ச்சி என்பது ஒரு மோசமான வியாதி. அதை ஒருபோதும் வளர விடவே கூடாது. இல்லாவிட்டால் அது நம்மை வாழவிடாமல் செய்துவிடும். நீண்ட நேரம் கடற்கரைச் சாலையில் சுற்றியலைந்துவிட்டு அறைக்கு திரும்பினேன். உறக்கம் கூடவேயில்லை. சுழல்விசிறியைப் பார்த்தபடியே படுத்துக்கிடந்தேன். நான் படித்திருக்கிறேன் என்பதுதான் பொது இடங்களில் அழமுடியாமல் என்னைத் தடுக்கிறது என்பதை அன்றிரவே கண்டுபிடித்தேன்.

அந்த வயதானவரைத் திரும்ப சந்தித்துவிடக்கூடாது என்பதற்காகவே அதன்பிறகு நான் தரமணி பகுதிக்கு வேலையை மாற்றம் செய்து கொண்டுவிட்டேன். அது வசதியானவர்கள், மென்பொருள் துறை சார்ந்த அலுவலகங்கள், அதிகாரிகளின் வீடுகள் உள்ள பகுதி. ஆகவே எளிதாக விற்பனையில் சாதனை படைத்து, பதவி உயர்வு பெற்றுவிடலாம். தரமணியில் பூச்சி மருந்து விற்பதற்குப் பெரிய போட்டியே இருந்தது.

நான் காய்களை நகர்த்தி அந்த இடத்தைப் பிடித்துக் கொண்டுவிட்டேன். மற்ற பகுதிகளோடு ஒப்பிடுகையில் தரமணியில் பொருட்கள் விற்பது எளிதாகவே இருந்தது. தரமணியில் கரப்பான்பூச்சிகள் கூட ஆங்கிலம் பேசுகின்றன. அவை மற்ற பகுதியில் காணப்படுவது போல் பயந்து ஓடுவதில்லை. மெதுவாகவே செல்கின்றன. அங்கே எளிய இதயம் கொண்டவர்கள் அதிகமிருக்கிறார்கள். ஆகவே நான் ஒரு நாளில் ஐநூறு தெளிப்பான்கள் வரை கூட விற்க முடிந்தது. அத்துடன் தெளிப்பான்கள் அறிமுகத்திற்கு என்று தொலைப்பேசியில் நேரம் குறித்து விட்டு விற்கப் போகலாம். கரப்பான்பூச்சி பற்றிப் பேசுவதை ரசித்துக் கேட்கிறார்கள்.

அப்படியொரு நாள் சீவியூடவர்ஸ் உள்ளே ஒரு வீட்டிற்கு தெளிப்பான் அறிமுகம் செய்யப் போய்விட்டு திரும்ப வெளியே வந்தபோது குடியிருப்பின் காவலாளி என்னைப்

பிடித்துக்கொண்டுவிட்டான். பதிவுப் புத்தகத்தில் நான் கையெழுத்து இடவில்லை என்பதைக் காரணம் காட்டி என்னைத் திருடன் என்று அவன் சந்தேகப்படத் துவங்கினான்.

நான் அடையாள அட்டைகள், தெளிப்பான்களைக் காட்டியபோதும் நம்பிக்கை கொள்ளவேயில்லை. என்னைப் பிடித்து போலீஸில் ஒப்படைப்பதன் வழியே தனது வேலையில் முன்னேற்றம் காண அவன் விரும்புகிறான் என்று புரிந்தது. நான் அதற்கு என்னை ஒப்புக் கொடுத்தேன். Survival of the fittest. எவ்வளவு அழகான வாசகம்.

அருகாமையில் உள்ள காவல் நிலையத்திற்கு அழைத்துச் சென்று என்னை ஒப்படைத்தான். நான் ஏதாவது திருட முற்பட்டேனா என்று காவலர்கள் அவனிடம் விசாரித்தார்கள். அவன் நீண்ட விளக்கம் தந்து கொண்டிருந்தான். மாலை வரை என்னைக் காவல்நிலையத்தில் உட்கார வைத்திருந்தார்கள். காவல் நிலையத்திற்குத் தேவைப்படுகிறது என்று இரண்டு தெளிப்பான்களை இலவசமாக வாங்கிக் கொண்டு என்னை இரவில் வெளியே அனுப்பிவைத்தார்கள். அன்று இந்த வேலையை விட்டுவிடலாம் என்று முடிவு செய்தேன். ஆனால் அடுத்து என்ன செய்வது என்ற குழப்பம் உண்டானது.

யாரிடமாவது ஆலோசனை கேட்கலாம் என்று நினைத்தேன். மணிநாராயணன் நினைவு வந்தது. அவரிடமே கேட்டால் என்னவென்று இரவோடு அவர் வீட்டிற்குப் போய் நின்றேன். அவர் வீட்டின் வரவேற்பறையில் உட்கார வைத்துக் குடிப்பதற்கு பில்டர் காபி தந்தார். சுவரில் மிகப் பெரிய தொலைக்காட்சியிருந்தது. அதி நவீனமான சோபா, அலங்காரமான சுவர் ஓவியங்கள். மீன் தொட்டிகள். கரப்பான்பூச்சிகள் அவரை சுகபோகமாக வாழவைத்துக் கொண்டிருக்கின்றன.

மணிநாராயணன் என் பிரச்சினைகளைக் கேட்டு சிரித்தபடியே நீ ஏன் குற்றவுணர்ச்சி கொள்கிறாய். நீயா கரப்பான்பூச்சிகளைக் கொல்கிறாய். அது ஜெர்மன் நிறுவனத்தின் வேலை. நாம் வெறும் அம்புகள். கர்த்தா அவனே என்று பகவத்கீதை போன்ற நீண்ட உரையை வழங்கினார். நான் அவரிடம் உங்களைப் போல நான் ஆக வேண்டும் அதற்கு என்ன செய்வது என்று நேரடியாகக் கேட்டேன்.

அவர் சிரித்தபடியே மனிதர்களுக்கு எதிர்காலத்தைப் பற்றிய பயம் எப்போதும் அதிகம். அதன் ஒரு அடையாளம் தான் கரப்பான்பூச்சி. அது ஒருவேளை நம்மைக் கடித்து விட்டால் என்ன செய்வது என்ற பயமிருக்கிற வரை நாம் சந்தோஷமாக இருக்கலாம். ஆகவே எந்த வீட்டின் கதவைத் தட்டும் போதும் உன்னை ஒரு தேவதூதனைப் போல நினைத்துக் கொள். அவர்களை மீட்பதற்காகவே நீ வந்திருப்பதாக நம்பு. இரண்டு மாசத்தில் நீ மேலே போய்விடுவாய் என்றார்.

எவ்வளவு ஆறுதலான வார்த்தைகள். மறுநாளே இதை நடைமுறைபடுத்தத் துவங்கினேன். என் பேச்சில், கண்களில் புதிய நம்பிக்கை பீறிட்டது. என் சொற்களை நகரவாசிகள் நம்பினார்கள். ஒரு ஆள் ஒரே நேரம் மூன்று தெளிப்பான்களை வாங்கினான். அந்த அளவு நான் பேசி மயக்கத் தெரிந்து கொண்டுவிட்டேன். ஆங்கிலம் ஒரு வசதியான மொழி. அதில்தான் எவ்வளவு லாவகம், எவ்வளவு சூட்சுமம்.

மணிநாராயணன் சொன்னது உண்மை. நான் இலக்கை மீறி விற்று, சாதனை செய்திருந்தேன். அலுவலகமே விடுமுறை தந்து ஓய்விற்காக ஒரு வார காலம் கோவாவிற்கு அனுப்பி வைத்தது. கூடுதல் சம்பளம். வாகன வசதிகள். அத்தோடு இப்போது எனக்குக் கீழே ஆறு பேர் வேலை பார்க்கிறார்கள். நான் மணிநாராயணன் இடத்தை ஒரு வருடத்தில் அடைந்துவிடுவேன்.

இயற்கை மனிதர்களை வாழ வைத்துக்கொண்டிருக்கிறது என்கிறார்கள். அது நிஜம்.

உங்கள் வீடுகளிலும், அலுவலகங்களிலும் கரப்பான்பூச்சிகள் இருக்கக்கூடும். அவற்றை அலட்சியமாகப் பார்க்காதீர்கள். அவை ஒழிக்கப்பட வேண்டியவை. என்னை அறிந்து கொண்ட உங்களுக்காக நாற்பது சதவீத சிறப்பு சலுகை விலையில் தெளிப்பான்களைத் தருகிறேன். விருப்பம் இருந்தால் நீங்கள் என்னை எப்போதும் அழைக்கலாம். வீடு தேடி வந்து இலவசமாக விளக்கம் தரத் தயாராக இருக்கிறேன்.

புர்ரா

அந்த வார்த்தையை சுகு யாரிடமிருந்து கற்றுக்கொண்டாள் என்று தெரியவில்லை. பள்ளியிலிருந்து வீடு வந்ததும் சப்தமாக சொல்லத் துவங்கினாள். அதைச் சொல்லும் போது அவளது முகத்தில் சந்தோஷம் கொப்பளித்துக் கொண்டிருந்தது. கைகளை விரித்தபடியே அவள் புர்ரா என்று கத்தும்போது அவளைக் காண்பதற்கே விசித்திரமாக இருந்தது. என்ன சொல் அது என்று புரியாமல் திரும்பிப் பார்த்தேன்.

சுகு உற்சாகமாக புர்ரா புர்ரா என்று கத்திக்கொண்டிருந்தாள். அவளது உற்சாகத்திற்காக ஒரு நிமிடம் அதை அனுமதித்த என்னால் திரும்பத் திரும்பக் கத்துவதைச் சகித்துக்கொள்ள முடியாமல் இருந்தது. கோபமான குரலில் என்னடி இது என்று கேட்டேன். அவள் அதற்கும் புர்ரா என்று கத்தினாள். உன்னைத்தான்டி கேட்குறேன். யார்கிட்டே இதைக் கத்துகிட்டே என்று கேட்டதும் அவள் உதட்டைக் கடித்தபடியே பேசாமல் இருந்தாள்.

அர்த்தமில்லாமல் உளறக்கூடாது புரிஞ்சதா என்று சொன்னதும் தலையாட்டிக்கொண்டு என் அறையிலிருந்து வெளியேறிப் போனாள். வாசலைக் கடந்தபோது புர்ரா என்ற சப்தம் மறுபடி கேட்டது.

தினமும் சுகு பள்ளியிலிருந்து எங்கள் இருவருக்கும் முன்பாக வீடு திரும்பி வந்துவிடுகிறாள். நான் வீடு வருவதற்கு ஐந்தரை மணியைக் கடந்துவிடும். அதுவரை

இரண்டு மணிநேரம் அவள் அடுக்குமாடிக் குடியிருப்பின் காவலாளியோடு பேசிக்கொண்டோ, தன் நிழலோடு விளையாடிக் கொண்டோதானிருக்கிறாள். சில நேரங்களில் அதைக் காணும்போது குற்றவுணர்ச்சி மனதில் உருவாகிறது. அதை வளரவிடாமல் ஆளுக்கு ஒரு இடத்தில் வேலைக்குப் போவதால் இதை தவிர்க்க முடியாது என்று சுய சமாதானம் செய்து கொள்வேன்.

என் மனைவி ஆவடியில் உள்ள பன்னாட்டு வங்கிப் பிரிவில் வேலை செய்கிறாள். எனது அலுவலகமோ தரமணியில் உள்ளது. இரண்டுக்கும் நடுவில் மின்சார ரயில் வசதி உள்ள இடமாக வேண்டும் என்பதற்காகச் சில வருடங்கள் இருவரும் நுங்கம்பாக்கம் பகுதியில் வசித்து வந்தோம். அங்கேதான் சுகு பிறந்தாள். ஆரம்ப நாட்களின் சந்தோஷத்தைத் தாண்டி சுகு எங்கள் இருவருக்குமே எரிச்சலூட்டும் பொருளாக மாறியிருந்தாள்.

அவளைக் கவனிப்பதை இருவருமே தவிர்க்க முடியாத ஆனால் விருப்பமில்லாத வேலையை போலவே உணரத் துவங்கினோம். சில நாட்கள் இரவில் சுகு அழும்போது உறக்கத்தில் பாலூட்டும் மனைவியின் முகத்தைப் பார்த்திருக்கிறேன். அதில் கருணையோ, அன்போ எதுவுமிருக்காது. எப்போது பால் குடித்து முடியும் என்று பொறுமையற்றுக் காத்திருப்பவளின் சிடுசிடுப்பே நிரம்பியிருக்கும்.

அந்த சிடுசிடுப்பிற்கு இன்னொரு காரணம் இருந்தது. சுகுவின் அழுகையை மீறி நான் நிம்மதியாகத் தூங்கிக் கொண்டிருந்தது. சுகு எனது குழந்தை என்றபோதும் உறக்கத்தில் அது அழுவதை என்னால் தாங்கிக்கொள்ள இயலவில்லை. சில நாட்கள் தலையணையை வைத்து முகத்தைப் பொத்திக்கொண்டுவிடுவேன்.

உடல்நலமற்று சுகு வீறிட்டு மருத்துவமனைக்குக் கொண்டு போகும் இரவில் தூங்கமுடியாதபடி அவள் என்னைப்படுத்தி எடுப்பதாக மனதிற்குள் கடுமையாகத் திட்டியிருக்கிறேன். குழந்தையைப் புரிந்துகொள்ள முடியாமல் நானும் மனைவியும் மாறிமாறிக் கத்தி சண்டையிட்டிருக்கிறோம். எதுக்காகடி நீ பிறந்து என் உயிரை எடுக்குறே என்று ஒரு நாள் என் மனைவி சுவரில் தலையை முட்டிக்கொண்டு கத்தியபோது அவளை காண்பது எனக்கு பயமாக இருந்தது. குழந்தைகள் உண்மையில் விருப்பமானவர்கள் இல்லையா? தொல்லைகள்

தானா? எனக்கும் குழப்பமாக இருந்தது. அரிதான ஒன்றிரண்டு நிமிடங்களில் மட்டுமே சுகுவைக் காண்பது எனக்கு சந்தோஷமாக இருந்தது. சுகு எங்கள் ஆற்றாமையோடுதான் வளர்ந்தாள்.

அவளது பிறந்ததினக் கொண்டாட்டங்களில்கூட எங்கள் இருவர் முகத்திலும் மறைக்க முடியாதபடி விருப்பமின்மை படர்ந்திருந்ததைப் புகைப்படங்களில் காணமுடிகிறது. அதை மறைக்க நாங்கள் இருவருமே அதிகம் நடிக்கக் கற்றுக் கொண்டோம். சுகுவை மாறிமாறி முத்தமிடுவதை இருவரும் செய்தபோது நானும் என் மனைவியும் ஒருவரையொருவர் முத்தமிட்டுக்கொள்வதை நிறுத்தி பல மாத காலம் ஆகியிருந்தது ஏனோ என் நினைவில் எழுந்து அடங்கியது.

திருமணமான சில மாதங்களிலே முத்தமிடுவது அபத்தமான செயல்போலாகியிருந்தது. அதைக் காபி குடிப்பதைப் போல எந்த சுவாரஸ்யமற்ற செயலாக நாங்கள் மாற்றியிருந்தோம். குறிப்பாக அவளது கேசங்கள் மீது ஏனோ எனக்கு அசூயை உருவாகிக்கொண்டே வந்தது. முகத்தில் வந்து விழும் அவளது கேசத்தை விலக்கும்போது அதைப் பிடுங்கி எறிந்துவிடலாம் போன்ற ஆத்திரம் உருவாகி எனக்குள்ளாகவே அடங்கிவிடும்.

சமீபமாகவே சுகுவைப் பள்ளியில் சேர்க்க வேண்டும் என்பதற்காகவே பழவந்தாங்கலுக்கு மாறியிருந்தோம். இதனால் என் மனைவி இரண்டு ரயில்கள் மாறி அலுவலகம் செல்ல வேண்டியிருக்கிறது. நான் அலுவலகத்திற்கு பைக்கில் சென்றுவிடுவதால் அதிக நேரம் எடுத்துக்கொள்வதில்லை. ஆனால் வாரத்தில் மூன்று நாட்களாவது சுகுவின் காரணமாக நாங்கள் சண்டை போட்டுக் கொள்வதுண்டு. சுகுவிற்கு எங்கள் சண்டையும் கூச்சலும் பழகிப்போயிருந்தது.

நாங்கள் சண்டையிடும் நாட்களில் சுகு எளிதில் உறங்குவதில்லை என்பதை கண்டுபிடித்திருக்கிறேன். சுகு உறங்கினால் மட்டுமே நானும் மனைவியும் உடலுறவு கொள்ள முடியும். அதுவும் பின்னிரவாகிவிட்டால் மறுநாள் வேலைக்குப்போவதில் சிக்கல் உருவாகிவிடும். எங்கள் இச்சை அவள் மீது கோபமாகப் பல இரவுகள் மாறியிருக்கிறது.

போர்வையை அவளது முகத்தில் போட்டு உறங்குடி என்று அழுத்தியிருக்கிறோம். சில நிமிடங்கள் அவளது கண்கள் மூடிக்கொண்டிருக்கும். பிறகு அவள் பாதி 'கண்ணைத் திறந்து

வைத்தபடியே குளிர்சாதன இயந்திரத்தில் மினுங்கும் எண்களை முணுமுணுத்த குரலில் எண்ணிக் கொண்டிருப்பாள்.

சுகுவிற்காக நாங்கள் கண்டுபிடித்த வழி இரவு விளக்கில்லாமல் அறையை முழு இருட்டாகிவிடுவது என்று. சில நாட்கள் அது எங்களுக்குள்ளே விசித்திரமான அனுபவமாக இருந்தது. அது எங்கள் படுக்கை அறை என்பது மறந்து பூமியின் ஆழத்தில் இரண்டு புழுக்கள் ஒன்றோடு ஒன்று இணைந்து கொண்டிருப்பது போன்று தோன்றும்.

சுகு இருட்டிற்குள்ளும் விழித்துக்கொண்டிருக்க பழகியிருந்தாள். அவள் கண்கள் இருளைக் கடந்து பார்க்க பழகியிருந்தன. அவள் உதடுகள் உறங்க மறுத்து எதையோ சொல்லிக்கொண்டிருந்தன. நாங்கள் அவளது முணு முணுப்பினை சட்டை செய்வதேயில்லை. அவள் குரல் தானே ஓயும் வரை விட்டுவிடுவோம்.

சுகு ஆரம்ப வகுப்புகளை கடற்கரையை ஒட்டியிருந்த ஆங்கிலப் பள்ளியில் படித்தாள். அந்தப் பள்ளியின் அருகில் கடல் இருந்தது. பசுமையான மரங்கள் அடர்ந்த பள்ளிக் கூடம். சுவர்கள் ரோஸ் வண்ணம் தீட்டப்பட்டிருந்தன. கண்ணாடிக் கதவுகள், மீன் தொட்டிக்குள் நீந்தும் மீன்கள் போன்று இயல்பான துள்ளலுடன் நடந்து திரியும் சிறுமிகள். ஒரு அறை முழுவதும் குழந்தைகளுக்கான விளையாட்டு பொருட்கள். பொம்மைகள். பள்ளியிலே மதிய உணவு தந்துவிடுவதால் சுகுவைக் கவனிப்பதற்கு நாங்கள் அதிகம் மெனக்கெடவில்லை. ஒரு நாள் கூட அவள் வகுப்பறைக்குள் போய் நான் பார்த்ததேயில்லை. ஏன் அப்படியிருந்தேன் என்று இன்று வரை எனக்குப் புரியவேயில்லை.

சுகு பள்ளிக்குப் போவதற்கு தயக்கம் காட்டவேயில்லை. அவள் தன்னுடைய அம்மா அலுவலகம் கிளம்புவது போன்று பரபரப்பாகப் பள்ளிக்குக் கிளம்புவாள். தானே குளித்து உடைகளை மாற்றிக்கொண்டு அம்மாவைப் போலவே லேசாக ஈரம் படிந்த தலையுடன் முகத்திற்கு திட்டு திட்டாக பவுடர் அப்பிக்கொண்டு நின்றபடியே சாப்பிடப் பழகியிருந்தாள். அப்படி சுகுவைக் காண்பது தன்னை பரிகசிப்பது போல என் மனைவி உணர்ந்திருக்க வேண்டும். ஏன்டி நின்னுகிட்டு சாப்பிடுறே.. உட்காரு என்று அழுத்திப் பிடித்து உட்கார வைப்பாள்.

சுகுவின் முகம் மாறிவிடும். நீ மட்டும் நின்னுக்கிட்டு சாப்பிடுறே. நான் சாப்பிட்டா என்னவென்று கேட்பாள். சனியன், ஏன்டி உயிரை வாங்குறே. உன்னோட சண்டை போட்டுட்டு இருந்தா, ஆபீஸ் அவ்வளவுதான் என்று அவசர அவசரமாக டிபன் பாக்ஸை பைக்குள் திணித்துக் கொண்டிருப்பாள். சுகுவைப் பள்ளி பேருந்தில் ஏற்றி அனுப்பி வைப்பது எனது வேலை. அது வரும்வரை நானும் சுகுவும் மாடி ஜன்னலில் நின்றபடியே பார்த்துக்கொண்டிருப்போம் சுகு சாலையில் செல்லும் வாகனங்களை எண்ணிக்கொண்டிருப்பாள். அவள் என் மகள் தானா என்று ஏனோ சந்தேகமாகத் தோன்றும். பள்ளிப் பேருந்தைக் கண்டதும் தாவியோடுவாள். பேருந்தில் ஏறியபிறகு கையசைப்பதயோ விடை பெறுவதையோ ஒரு நாளும் அவள் செய்வதேயில்லை.

என் மனைவியும் அப்படிதானிருக்கிறாள். அவள் வீட்டின் படியை விட்டு வெளியேறியதும் என் உலகிலிருந்து அவள் துண்டித்துப் போய்விடுவதைக் கண்டிருக்கிறேன். ஒரு நாளிரவு மின்சார ரயிலில் தற்செயலாக அவள் தன் அலுவலகப் பெண்களுடன் சிரித்து பேசிக்கொண்டு வருவதைக் கண்டேன். யாரோ முன் பின் அறியாத பெண்ணைப் போலிருந்தாள். அவள் கையில் ஒரு வேர்க்கடலைப் பொட்டலம் இருந்தது. அவள் வயதை ஒத்த இரண்டு பெண்கள் அருகில் உட்கார்ந்திருந்தார்கள். நான் அந்த ரயிலில் வருவேன் என்பதை அவள் எதிர்பார்த்திருக்கவில்லை.

அதிகம் பரிச்சயமில்லாத ஒரு நபரைப் பார்த்துச் சிரிப்பதை போல மெலிதாக என்னைப் பார்த்துச் சிரித்துவிட்டுத் தோழிகளுடன் முன்போலவே பேசிக்கொண்டிருந்தாள். அவளைப் பார்க்கையில் புதிதாக யாரோ ஒரு பெண்ணைப் பார்ப்பது போலிருந்தது. என்னோடு அவள் பேச முயற்சிக்கவோ, எனக்காக எழுந்து கொள்ள முயற்சிக்கவோ இல்லை. மாறாக அவளது உலகிற்குள் எனக்கு இடமில்லை என்பதை உணரச் செய்பவள் போல அந்த பெண்களுடன் விட்ட சிரிப்பைத் தொடர்ந்து கொண்டிருந்தாள்.

அந்தப் பெண்கள் இறங்க வேண்டிய ரயில் நிலையம் வந்ததும் எழுந்து கொண்டார்கள். அவளது அருகாமை இருக்கைகள் காலியாக இருந்தன. ஆனால் நான் உட்காரவில்லை. அவள் உட்காரும்படியாகச் சொல்லவும் இல்லை. வேண்டும் என்றே

வேறு ஒரு இருக்கை தேடி உட்கார்ந்து கொண்டேன். அவள் ரயிலை விட்டு இறங்கும்வரை என்னோடு பேசவேயில்லை.

பிளாட்பாரத்தில் நடக்கும்போது காய்கறி வாங்கிக் கொண்டு போக வேண்டும் என்று என்னிடம் சொன்னாள். இருவருமாக நடந்து காய்கறி மார்க்கெட்டினுள் போனோம். மங்கிய மஞ்சள் வெளிச்சத்தில் எல்லா காய்கறிகளும் ஒரே நிறத்திலிருந்தன. அவள் ஒரு கேரட்டை ஒடித்து என்னிடம் தின்னும்படியாகத் தந்தாள். மாட்டிற்கு கேரட் போடுவது ஏனோ நினைவிற்கு வந்தது. அவளோடு சண்டையிடுவதற்கு அந்த ஒரு காரணம் போதுமானதாகயிருந்தது.

காய்கறிக் கடை என்பதை மீறி அவளோடு சண்டையிட்டேன். அவள் பொது இடம் என்பதை மறந்து அழத் துவங்கினாள். அவள் அழுவது எனக்குப் பிடித்திருந்தது. அதற்காகத்தான் நான் சண்டையிட்டேனோ என்றுகூட தோன்றியது. மறுநிமிடம் நான் அவளைச் சமாதானம் செய்வது போல அவளது ஹேண்ட் பேக்கை என் கையில் எடுத்துக் கொண்டேன். விடுவிடுவென அவள் நடந்து முன்னால் செல்ல ஆரம்பித்தாள். நிச்சயம் அன்று இரவு சமையல் கிடையாது என்று எனக்குத் தெரியும்.

வழியில் இருந்த உணவகத்தில் நான் அவளுக்கும் சுகுவிற்குமாக சேர்த்து உணவு வாங்கிக்கொண்டேன். வீட்டை அடையும்போது சுகு அடி வாங்கிக்கொண்டிருந்தாள். நான் அதைக் கண்டுகொள்ளாதது போல உணவைச் சமையற்கட்டில் வைத்துவிட்டு படுக்கை அறைக்கு திரும்பியிருந்தேன். சுகு அன்றிரவு முழுமையாக உறங்கவில்லை என்பதை மறுநாள் அவள் கண்கள் வீங்கியிருப்பதில் இருந்து கண்டு கொள்ள முடிந்தது.

சுகுவிற்காகத் தான் விடுமுறை எடுத்துக்கொள்ளப் போவதாக என் மனைவி சொன்னாள். மறுநாள் முழுவதும் தாயும் மகளும் உறங்கியிருந்தார்கள். மாலையில் நாங்கள் மூவரும் கடற்கரை சென்றோம். இனிமேல் சுகுவைக் கவனிப்பதற்காக நாங்கள் அதிக அக்கறை எடுத்துக்கொள்ள வேண்டும் என்பதைப் பற்றி உறுதிமொழிகள் எடுத்துக் கொண்டோம். கடற்கரை மணலில் சுகு விளையாடவேயில்லை. அவளுக்குக் கடலின் சப்தத்தை கேட்பது மட்டுமே பிடித்திருந்தது.

என் மனைவி அப்போதுதான் சுகுவை வேறு பள்ளிக்கு மாற்றி விட வேண்டும் என்பதைப் பற்றி சொன்னாள். ஒன்றாம் வகுப்பிலிருந்து பள்ளி இறுதி வரை ஒரே பள்ளியில் படித்தால் மட்டுமே அவளது அறிவு வளரும் என்று தன்னோடு வேலை செய்யும் கலைவாணி சொன்னதாகவும் அவள் பிள்ளைகள் அப்படித்தான் படிக்கின்றன என்றாள். எனக்கும் அது சரியென்றே தோன்றியது. நாங்கள் சுகுவிடம் பள்ளிமாறுவதைப் பற்றிப் பேசவோ கேட்கவேயில்லை. எந்தப் பள்ளியில் சேர்ப்பது என்பதை முடிவு செய்து நாங்கள் இருவரும் அலைந்து திரிந்து வரிசையில் நின்று ஆள் பிடித்து பிரெஞ்சும் ஆங்கிலமும் போதிக்கும் அந்த புகழ் பெற்ற பள்ளியில் இடம் பிடித்து முதல் வகுப்பில் சேர்த்தோம்.

சுகு அந்தப் பள்ளிக்கு அழைத்துப் போன முதல் நாள் வீட்டிலிருந்து கொண்டுபோன மதிய உணவை சாப்பிடவேயில்லை. வகுப்பறையில் அவள் அர்த்தமில்லாத சொற்களைக் கத்திக்கொண்டிருக்கிறாள் என்று ஒரு முறை அவளது டயரியில் வகுப்பாசிரியை எழுதி அனுப்பியிருந்தாள். என்ன சொற்களைக் கத்துகிறாள் என்று கேட்காமலே அவளுக்கு அடி விழுந்தது.

அதன் சில நாட்களுக்கு பிறகு அவள் வீட்டில் முதன் முறையாக டியாங்கோ. டியாங்கோ என்று கத்துவதை என் மனைவிதான் கண்டுபிடித்தாள். இப்போ என்னமோ சொன்னயே அது என்னடி என்று சுகுவிடம் கேட்டபோது, அவள் உற்சாகமாக டியாங்கோ டியாங்கோ என்று சொன்னாள். அப்படின்னா என்ன அர்த்தம் என்று கேட்டதற்கு, டியாங்கோ என்று பதில் சொன்னாள். என்ன சொல் இது. என்ன பொருளாக இருக்கும் என்று புரியவில்லை.

போதும் நிறுத்து, உளறாதே என்று மனைவி அடக்கியதும் அந்தச் சொல் சுகுவிற்குள் அடங்கிவிட்டது. ஆனால் நாங்கள் எங்காவது அவளை வெளியே அழைத்துக் கொண்டு போகையில் சப்தமில்லாமல் அவள் இதுபோன்ற சொற்களைச், சொல்லி விளையாடிக்கொண்டிருப்பதைக் கண்டிருக்கிறேன். அதை எங்கிருந்து கற்றுக்கொள்கிறாள் என்பதைக் கண்டு பிடிக்க வேண்டும் என்று மட்டுமே எனக்கு தோன்றிக் கொண்டிருந்தது.

இதற்காகவே ஒரு நாள் அவளைப் பள்ளியிலிருந்து அழைத்துக்கொண்டு வரும்போது அவளிடம் யாரெல்லாம்

அவளது வகுப்புத் தோழிகள் என்று கேட்டேன். யாருமேயில்லை. வகுப்பில் யாரோடும் பேசவே மாட்டேன் என்று சொன்னாள். எதற்காக என்று கேட்டபோது தனக்குப் பிடிக்காது என்று சொல்லிவிட்டு, அவள் தனக்குத் தானே எதையோ சொல்லிக்கொள்வதைக் கேட்டேன்.

அன்றிரவு இதைப் பற்றி என் மனைவியிடம் சொன்ன போது அதற்கும் சுகுவிற்கு அடி விழுந்தது. ஏன்டி ஊமைக் குரங்கா இருக்கே. உடனே நீ பிரண்ட்ஸ் பிடிச்சாகணும், புரிஞ்சதா என்று மிரட்டினாள்.

அம்மா சொல்வதை ஏற்றுக்கொள்வதைப் போல சுகு தலையாட்டினாள். அதன் பிறகும் அவள் இயல்பு மாறவேயில்லை. வீட்டில் அவளை யாரும் கவனிக்கவில்லை என்று தோன்றினால் அர்த்தமற்ற சொற்களைத் தன் முன்னால் குவித்து அவள் விளையாடத் துவங்கிவிடுவாள். அந்த சொற்கள் ஒன்றோடு ஒன்று மோதி சிதறி வெடித்துப் போவதைக் கண்டு அவளுக்கு சிரிப்பாக இருக்கும். இயந்திரத்தின் குரலில் அந்தச் சொற்களை அவள் பேசுவதைக்கூட சில வேளைகள் கேட்டிருக்கிறேன்.

அப்போது எனக்குப் பயமாக இருக்கும். ஒருவேளை அவளது மனநலம் பாதிக்கப்பட்டு இருக்கிறதோ என்று பயப்படுவேன். ஏன் இப்படி அர்த்தமில்லாத சொல்லை உருட்டி விளையாடிக் கொண்டிருக்கிறாள் என்று கடுப்பாகிக் கத்துவேன். சுகு அடங்கிவிடுவாள். அந்தச் சொற்கள் வாயைத் திறக்காமலே அவளுக்குள் உருண்டு கொண்டிருக்கக் கூடும்.

இன்றைக்கும் அப்படியொரு சொல்லைத்தான் கத்தினாள். அதை இதன் முன்னால் எங்கேயோ கேட்டது. போலவும் இருந்தது. சுகுவை அருகில் அழைத்து மறுபடியும் அதைச் சொல்ல சொன்னேன். தயங்கியபடியே புர்ரா என்றாள். நீயா கண்டுபிடிச்சியா என்று கேட்டேன். ஆமாம் என்று சொன்னாள். அவளைப் போலவே நானும் புர்ரா என்று சொல்ல முயற்சித்தேன். அது அவளுக்குச் சிரிப்பாக வந்தது.

அப்படியில்லைப்பா, என்றபடியே புர்ரா என்று கத்தினாள். அந்த நிமிடம் அவளை எனக்கு ரொம்பவும் பிடித்திருந்தது. அவளைப் போலவே நானும் கத்த முயற்சித்தேன். ஏதோவொரு கூச்சம் அதுபோல கத்துவதற்கு எனக்கு வரவேயில்லை. நான் அவளது அர்த்தமற்ற சொல்லை ரசிப்பதை உணர்ந்து

கொண்டவள் போல அவள் ஒரு அறையிலிருந்து மற்றொரு அறைக்கு காரில் போவது போல புர்ரா புர்ரா என்று ஓடிக்கொண்டேயிருந்தாள். அந்த ஒரு சொல் எங்கள் வீடு முழுவதும் உதிர்ந்து கிடந்தது.

இரவில் என் மனைவி அலுவலகம் விட்டு வீடு வரும் வரை அந்தச் சொல் காற்றில் பறந்து அலையும் சோப்புக் குமிழ்கள் போல அலைந்து கொண்டிருந்தன. ஆனால் அவள் வருகையின் போது அவை கரைந்து போய்விட்டன. சுகு ஓடிவந்து என்னிடம் ரகசியமான குரலில் இதை அம்மாகிட்டே சொல்லாதே. அடிப்பா என்றாள். எங்கள் இருவரையும் பார்த்த மனைவி என்ன திருட்டுத்தனம் பண்ணுறீங்க என்று கேட்டாள்.

நான் பதில் பேசவில்லை. எழுந்து போய் அவளை முத்தமிட விரும்பி அருகில் இழுத்தேன். சுகு இதைக் காண விரும்பாதவள் போல வேடிக்கையாக கைகளால் முகத்தை மூடிக்கொண்டாள். என் முகத்தை விலக்கியபடியே கடு கடுப்பான குரலில், நானே அலுத்துப் போய் வந்திருக்கேன். நீங்க வேற ஏன் உயிரை எடுக்குறீங்க என்று சொன்னாள் மனைவி. என் முகம் சிடுசிடுப்பேறி மாறியது.

அவசரமாகக் குளியல் அறைக்குள் போய் கதவைப் பூட்டிக்கொண்டேன். ஆத்திரமாக வந்தது. ஏதாவது செய்ய வேண்டும் போலிருந்தது. கண்ணாடி முன்பாக நின்று கொண்டு, புர்ரா என்று கத்தினேன்.

கத்தக் கத்த மனதில் இருந்த கோபம் வடிந்து போய்க் கொண்டிருந்தது. எனக்கு சுகுவை அந்த நிமிடத்தில் ரொம்பவும் பிடித்திருந்தது. நானும் அதைப் போன்ற சொற்களை நிறைய கற்றுக்கொள்ள வேண்டும் என்று முடிவு செய்து கொண்டேன். மறுபடியும் கண்ணாடி முன்பாக புர்ரா என்று சப்தமிட்டேன்.

என் முகத்தை அப்படி காண்பது எனக்கே விசித்திரமானதாக இருந்தது.

ரசவாதியின் எலி

அமெரிக்காவின் மாசூசெட்ஸில் உள்ள உயிர் அறிவியல் பரிசோதனை மையத்தில் சாம் செல்லதுரை நூற்றி நாற்பது நாட்களாக அந்தக் கம்போடிய எலியோடு தான் வாழ்ந்து கொண்டிருந்தார். மரபணு சோதனைக்காகக் கொண்டு வரப்பட்ட அந்த எலி கண்ணாடி பெட்டகம் ஒன்றில் சலனமற்றிருந்தது.

ஒவ்வொரு நாளும் அவர் அலுவலகம் சென்றதும் அந்த எலியின் முன்னேதான் அமர்ந்திருக்க வேண்டியிருந்தது. எலியின் ஒவ்வொரு அசைவையும் கணிப்பொறி தொடர்ச்சியாகப் பதிவு செய்கிறது. நாட்களின் நீட்சியில் அந்த எலி நெருக்கமான அவரது கைக்கடிகாரம் போலாகியிருந்தது. பலநேரம் அவர் வீட்டிலிருந்து சாலையில் கார் ஓட்டியபடியே வரும்போது கூட அதைப் பற்றியே நினைத்துக் கொண்டு வருவார்.

என்ன உறவு இது, எங்கோ தமிழகத்தின் தென்கோடியில் உள்ள கிராமத்தில் பிறந்த தானும் கம்போடியாவிலிருந்து பிடிபட்டு கொண்டுவரப்பட்ட எலியும் அமெரிக்காவின் ஒரு நகரில் ஒருவரையொருவர் நாள் எல்லாம் பார்த்துக் கொண்டேயிருப்பதன் அறியப்படாத காரணம் எது?

தனது பிரக்ஞையில் அது ஒரு எலி என்பது என்றோ நழுவிவிட்டது. அவரது நீண்ட ஆய்வியல் வாழ்க்கையில் எலிகள் வெறும் பரிசோதனைப் பொருள்கள் மட்டுமே. மருந்து அதிகம் செலுத்தப்பட்ட சில நேரம் எலி தன் வாலைக் கூட

அசைக்காமல் உறைந்து கிடக்கும்போது செத்து விட்டதோ என்றுகூட தோணும்.

ஆனால் எலிகள் எளிதில் சாவதில்லை என்பதை அவர் பலமுறை கண்டிருக்கிறார். ஒருமுறை ஒரு எலிக்குத் தவறுதலாகத் தரப்பட்ட மருந்தின் காரணமாக அது பல நாட்களாக அழுகிய வாழைப்பழம் போல கறுத்து சுருண்டு கிடந்தது. மூச்சுவிடும் உடல் அசைவைத் தவிர வேறு இயக்கமேயில்லை. செத்துவிடும் என்று நம்பினார்.

மாறாக சில நாட்களுக்குப் பிறகு அந்த எலி நீண்ட உறக்கத்தின் பின்பு விழித்த அலுப்புடன் கண்ணாடிச் சுவரில் முகத்தை உரசியபடியே உடலை அசைத்துக்கொண்டிருந்தது. அப்போது எலியின் கண்களை அவர் மிக நெருக்கமாகப் பார்த்தார். விவரிக்கமுடியாத உயிர்வாழ்வின் பிடிப்புறுதி அதில் பீறிட்டது.

தனது பரிசோதனைக்கான எலிகளுக்கும் தனக்குமான உறவை பற்றி அவர் சமீபமாக அடிக்கடி யோசித்துக்கொண்டிருந்தார்.

சாம் செல்லதுரையின் பூர்வீகம் இடைக்காட்டூர். அப்பா ஸ்தனிஸ்லாஸ் நில அளவையாளராக வேலை செய்தவர். சாம் தனது பள்ளிப்படிப்பை திருச்சியிலும் கல்லூரி படிப்பை அகமதாபாத்திலும் படித்துவிட்டு 1952இல் அமெரிக்கா வந்திருந்தார். அந்நாட்களில் மரபணு விஞ்ஞானம் பெரிய அளவு முக்கியத்துவம் பெறவில்லை. அவரது ஆர்வமோ உயர்விஞ்ஞான சோதனைகளின் மீதே கவிந்திருந்தது.

கல்லூரி வயதில் விஞ்ஞான வகுப்பறையின் பரிசோதனை மேடையில் முதன்முறையாக மயக்கமடைந்து கிடந்த ஒரு எலியின் வயிற்றில் கூரான கத்தியால் பேராசிரியர் கிழித்த போது அதன் உள் உறுப்புகள் துடித்துக்கொண்டிருந்ததை செல்லதுரை கண்டார். அப்போது அவருக்கு வயது இருபத்தியொன்று.

அந்த காட்சி உடலெங்கும் நடுக்கமான உணர்ச்சித் தூண்டலை உருவாக்கியது. சக மாணவர்கள் உற்சாகத்துடன் எலியின் உறுப்புகளை கூரான கத்தியால் தொட்டு பார்த்துக் கொண்டிருந்தார்கள். செல்லதுரை மனதில் அந்த எலி எங்கிருந்து பிடிக்கப்பட்டது. எந்த வீடுகளில், எந்த வீதிகளில் அது சுற்றியலைந்தது. பிடிபடும் முன்பாக என்ன சாப்பிட்டது என்று காரணமற்ற யோசனைகள் பீறிட்டன. அவர் பரிசோதனைக்கூடத்திலிருந்து அவசரமாக வெளியேறிப்

போனார்.

ஆனால் அதன் இரண்டு வாரங்களுக்குப் பிறகு ஒவ்வொரு மாணவரின் மேஜை மீதும் ஒரு எலி மயக்கமாகி பரிசோதனைக்கு தயாராகக் கிடந்தது. இயக்கமில்லாத எலியின் வாலை முதன்முறையாக செல்லதுரை தன் கையால் தடவிப் பார்த்தார்.

எலியின் வாலை அது உயிரோடு இருக்கும் போது ஒரு முறையாவது யாராவது ஆசையாகத் தடவியிருப்பார்களா என்ன?

எவ்வளவு துடிப்பும் வேகமுமானது அந்த வால். அவர் தன் கைகளால் அந்த வாலை தடவியபோது அறுந்துக் கிடந்த ரப்பர் துண்டைப் போலதானிருந்தது. அவர் எலியின் உடல் ரோமங்களைத் தடவிப் பார்த்தார். செம்பட்டை நிற தூசி போன்று உதிர்ந்தன எலிமயிர்கள். நான்கு கால்களிலும் ஆணி அடிக்கப்பட்டு மல்லாந்து கிடந்தது எலி. அடிவயிற்றில் மெல்லிய துடிப்பு பரவிக்கொண்டிருந்தது. அவரது அருகில் இருந்த சரோஜினி உற்சாகத்துடன் எலியின் உடலைக் கீறி தண்ணீரால் அலசியபடியே உன் மேஜையில் உள்ள எலி ஆணா பெண்ணா என்று கேட்டாள்.

பதில் சொல்லாமல் செல்லதுரை கத்தியால் எலியின் உடலில் கோடு கிழித்தபோது எலி சலனமடையவேயில்லை.

எலியின் தோல் எளிதில் கிழிபடவில்லை. ஆழமாகக் கத்தியை அதன் உடலில் பிரயோகம் செய்தபோது குருதி கசிந்து தண்ணீரில் கரையத் துவங்கியது. எலியின் சுருங்கிய முகம் இறுக்கமடைந்திருந்தது.

பால்யத்தில் அவரது வீட்டில் பரண்களிலும், திறந்த வெளிகளிலும் எலிகள் ஓடுவதைக் கண்டிருக்கிறார். அப்போது எலிகள் வெறும் வேடிக்கை பொருள் மட்டுமே. ஒருமுறை எலிப்பொறியில் பிடிபட்ட எலியின் மீது வெந்நீரை ஊற்றி அவரது அம்மா கொல்ல முற்பட்ட போது எலியிடமிருந்து பீறிட்ட கீச்சுக்குரல் தொண்டையை அறுப்பது போலிருந்தது.

ஆச்சரியமாக இருந்தது. வீட்டில் சிறிய கரப்பான்பூச்சியை சுவரில் கண்டால் கூட பயந்து ஒடுங்கும் அம்மா எலியின் மீது இத்தனை ரௌத்திரத்துடன் வன்மத்தைப் பிரயோகிப்பது எப்படி என புரியவேயில்லை.

கொதிக்கும் வெந்நீர் பட்டு வெந்து போன தோலுடன்

எலி கூண்டின் திறந்த கதவிலிருந்து தாவி ஓடியது. சுவரில் ஏறித் தப்பிவிடுவதற்காக முயன்று தடுமாறி விழுந்தது. காய்ந்து கிடந்த சருகுகளில் புரண்டது. அம்மா நீண்ட தடியால் அதைத் துரத்தி துரத்தி அடித்தாள். முடிவில் மண்டையில் அடிபட்டு அதன் முகம் நசுங்கி வாயிலிருந்து ரத்தம் பீறிட்டு செத்துப் போனது.

செத்த எலியின் வாலைப் பிடித்துத் தூக்கி வேலிப்புதர் பக்கம் அம்மா வீசி எறிந்துவிட்டு சுத்தமாகக் கைகழுவிக் கொண்டு எதுவும் நடக்காதவள் போல எப்போதுமுள்ள அடங்கிய சிரிப்புடன் சமையல் அறைக்குச் சென்றாள். தன் கண்முன்னே ரத்தம் வர எலியின் மண்டையைச் சிதற அடித்தது அம்மாதானா என்று சந்தேகமாக இருந்தது.

மனிதவதையின் முதல் குறி எலிகள் தானோ. எலிகளைப் போல தொடர்ந்த வன்முறைக்கு உள்ளான வேறு விலங்கு ஏதாவது இருக்கிறதா என்ன?

அவர் தன் பரிசோதனை மேடையில் கிடந்த முதல் எலியை நெடுநேரம் உற்றுப் பார்த்தபடியே இருந்தார். பின்பு அவர் அறியாமல் கத்தி உடலைக் கீறிட விழித்துக் கொண்ட அவரது விஞ்ஞான மனது எலியின் உள் உறுப்புகளைப் பார்வையிடத் துவங்கியது. கடிகாரத்தின் உள் உறுப்புகளைக் காண்பது போல் மிக நுட்பமாக ஆசையுடன் அவர் எலியின் நரம்புகளை, நாளங்களை நெருக்கமாக பார்த்தார். எலியின் உயிர் வேதனை மறைந்து உயிர் இயந்திரம் — ஒன்றின் உள் உறுப்புகளின் செயல்பாடுகளை ஆய்வு செய்வதாக மனதில் உவகை நிரம்பத் துவங்கியது.

தண்ணீரில் கசிந்து ஓடும் எலியின் ரத்தம் அவர் கண்களில் பட்ட போதும் மனது கலக்கம் கொள்ளவில்லை. எலிகளின் ரத்தமும் ஏன் சிவப்பாக இருக்கிறது என்று ஏனோ தோன்றியது. பரிசோதனை முடிந்து பேராசிரியர் அவர் அருகே வருகை தந்த போது தன் முன்னே கால்களை விரித்தபடியே உடலைத் திறந்து கிடக்கும் அந்த எலியின் வடிவம் செல்லதுரைக்கு விசித்திரமாக இருந்தது. பேராசிரியர் அவரது கத்தியின் நுட்பத்தைப் பாராட்டியபடியே மற்ற மாணவர்களை அழைத்து அருகில் காட்டி உற்சாகப்படுத்தினார்.

அன்றிலிருந்து இன்றுவரை பரிசோதனை எலிகள் நூற்றுக் கணக்கில் அவரால் பயன்படுத்தப்பட்டிருக்கின்றன. பல நேரங்களில் வீட்டில் எலிகளைக் காணும்போது கூட அது

ஒரு பரிசோதனை பொருள் என்று மட்டுமே அவருக்கு தோன்றியிருக்கிறது.

இன்று அவர் முன் கண்ணாடிக் கூண்டில் இருக்கும் இந்த எலி ஆசியாவின் வயல் எலி வகைளைச் சேர்ந்த ஒன்றாகும். மிக சிறியதாகவும் வலிமையானதாகவும் இருந்தது. அதைப் பரிசோதனை மேடைக்குக் கொண்டுவருவதற்கு முன்பாக கண்ணாடிப் பெட்டிக்குள்ளாகவே ஒரு நாள் முழுவதும் பார்த்துக்கொண்டிருந்தார்.

இந்த எலி கம்போடியாவின் ஒசாடா கிராமத்தில் பிடிபட்டு கொண்டுவரப்பட்டதாக அதன் மீதுள்ள தகவல் குறிப்பு கூறுகிறது. என்ன வயதாகியிருக்கும். இந்த எலி ஏதாவது ஒரு இரவில் நிலவை கண்டிருக்குமா? எவ்வளவு தூரம் ஓடியிருக்கும். தான் விமானம் ஏறி வானில் பறந்து வந்ததை உணர்ந்திருக்குமா? தனக்கும் அந்த எலிக்கும் உள்ள உறவு என்ன வகையானது. ஏன் அதன் மரணம் தன்னால் ஏற்படுகிறது.

ஏனோ எலிகளின் மீதான அவரது யோசனை சமீபத்திய வருடங்களில் அதிகமாகிக்கொண்டே போனது. சில நேரம் அவர் எலியைப் பற்றிய தனது அகக்குறிப்புகளைத் தனியே எழுத வேண்டும் என்றுகூட முனைந்திருக்கிறார். அதற்காகவே அவர் சிறிய குறிப்பு நோட்டு ஒன்று கூட வாங்கினார். ஆனால் எங்கிருந்து அதைப் பற்றி எழுதுவது என்பது மனதில் தோன்றவேயில்லை. எலிகள் எலிகள் என்று ஒரே சொல் மட்டுமே மனதில் தோன்றி அடைத்துக்கொண்டிருக்கிறது

கம்போடிய எலியின் உயிரியல் இயக்கத்தையும் அதன் விளைவுகளையும் வைத்து தான் அவரது எதிர்காலக் கனவுகள் காத்திருந்தன. அவர் எலியின் ஒவ்வொரு துடிப்பையும் உற்று கவனித்தபடியே இருந்தார். பல நேரங்களில் அது ஒரு உயிருள்ள பொருள் என்பது கூட அவருக்கு மறந்து போனது.

சாம் செல்லதுரையின் விஞ்ஞான தேட்டம் சில ஆண்டுகளாகவே அதிகம் கற்பனை சார்ந்ததாக உருமாறத் துவங்கியிருந்தது. அவர் நேரடியான வணிகப் பயன்பாடு கொண்ட ஆய்வுமுறைகளிலிருந்து தன்னை முழுமையாகத் துண்டித்துக் கொண்டார். மாறாக, அவரது வாசிப்பும் ஆர்வமும் நூற்றாண்டுகளின் முன்பாகப் பரிசோதனை செய்யப்பட்டு பரிகசிக்கப்பட்ட செயல்பாடுகளின் மீதே குவிய ஆரம்பித்தது. அதிலும் ஒன்றரை ஆண்டுகாலமாக

விஞ்ஞானப் புத்தகங்களுக்குப் பதிலாக ரசவாதம் மற்றும் சூன்யக்காரிகளின் விசித்திர தந்திரங்கள், மருத்துவமுறைகள் பற்றி ஆழமாக வாசித்துக்கொண்டிருந்தார்.

அவரது வாசிப்பில் சூனியக்காரிகளாக அறியப்பட்டவர்கள் உயர்விஞ்ஞானத்தை அறிந்திருந்தார்கள். வானவியலும் உடற்கூறியலும் நன்றாக அறிந்திருந்தார்கள். அவர்கள் உயிர் இயக்கத்தை வெறும் உடலியல் செயலாக மட்டுமே கருதவில்லை. விஞ்ஞானம் குறிப்பிடும் வகைமாதிரிகள் பரிசோதனைகள், கருதுகோள்கள் யாவையும் விலக்கி அவர்கள் இதற்கு மாற்றான இன்னொரு அறிதல் முறையை உருவாக்கியிருந்தார்கள்.

சூனியக்காரிகளின் தடை செய்யப்பட்ட ரசவாதப் பிரதிகள் எதைக் குறிப்பிடுகின்றன என்பதைப் பற்றிய முழுமையான விளக்கங்கள் கூட இத்தனை விஞ்ஞான வளர்ச்சிக்குப் பின்பும் ஏன் சாத்தியமாகவில்லை என்று யோசித்துக் கொண்டிருந்தார்.

மாலெஸ் மாலிபேகரம் என்ற பதினைந்தாம் நூற்றாண்டு ரசவாத பிரதி அவர் படிப்பு மேஜையில் எப்போதுமிருந்தது. அதில் தான் ஜோசினா பெய்லி என்ற சூன்யக்காரியின் எடையில்லாத இருப்பு என்ற ரசவாத முறையை அவர் முதன்முதலாக அறிய நேர்ந்தது.

ஜீவராசிகளின் முக்கிய பிரச்சினை அதன் எடை தான். மனிதர்கள் எடையைத் தேவைப்படும் போது கூட்டவும் குறைக்கவும் இல்லாமல் போகவும் செய்ய முடிந்தால் எந்த வெளியினுள்ளும் மனிதனால் நுழைய முடியும். எங்கே வேண்டுமானலும் பறந்து அலைய முடியும். மனித எடை தான் ஒரு மனிதனுக்கும் அடுத்த மனிதனுக்குமான இடை வெளியாக உள்ளது.

ஆனால் தன்னுடைய ரசவாதத்தின் மூலம் உயிர் ஜீவிகளின் எடையை எவ்வளவு வேண்டுமானாலும் கூட்டவும் குறைக்கவும் முடியும். பல நேரங்களில் அதற்குத் தடையாக உள்ளது உடலில் உள்ள தசைகளும் நீர்மமும் தான், உடலை இயற்கையான சில தாவரச் சாறுகளின் வழியே எடையற்றுப் போகச் செய்யமுடியும் என்று பெய்லி ரோமில் உள்ள ஊசி கோபுரம் ஒன்றின் முன்பாக இதை நிரூபணம் செய்து காட்டினாள்.

இருநூறு அடி உயர கோபுரம் ஒன்றின் மீதிருந்து அவள்

உயிருள்ள ஆடு ஒன்றினைத் தூக்கி வீசியிருக்கிறாள். அது காற்றாடி பறப்பது போல காற்றில் மிக எளிதாகப் பறந்து சுற்றி அலைந்து தரையிறங்கியிருக்கிறது.

இது போலவே வாத்து முட்டைகளை கை நிறைய அள்ளி வானில் மிதக்க விட்டிருக்கிறாள். அவையும் எடையில்லாமல் மிதந்து கொண்டிருந்திருக்கின்றன.

இதன் முடிவில் அவள் ஹார்ப் இசைக்கும் நத்தானியேல் என்ற கிழவனைக் கோபுரத்தின் உச்சியிலிருந்து வண்ணத்துப் பூச்சியை போல பறக்க விட்டிருக்கிறாள். அவன் நகரின் மீது பறந்து திரிந்து செடியில் உள்ள மலரைக் கண்டு வண்ணத்துப்பூச்சி தரையிறங்குவது போல தேவாலயத்திலிருந்து வெளிவரும் அழகான இளம் பெண்களை கண்டு வானிலிருந்து தரையிறங்கியிருக்கிறான். இந்த சம்பவங்களுக்கு சாட்சியாக இருந்தவர்கள் பலர்.

அதன் பிறகு ஜோசினா பெய்லி மன்னரின் அந்தரங்கமான பணிக்கு அழைத்துக் கொள்ளப்பட்டாள் என்றும் அவள் மன்னருக்காக ரகசியமான பரிசோதனை சாலை ஒன்றினை உருவாக்கித் தந்தாள் என்றும் அந்தப் பிரதி கூறுகிறது. ஆனால் பெய்லியின் சோதனைகள் ஏன் கைவிடப்பட்டன. அவள் ஏன் உயிரோடு எரிக்கப்பட்டாள் என்பதன் பின்னே ஏதோ அரசியல் தலையீடு இருக்கிறது என்று தெரியவந்த அளவு விஞ்ஞான உண்மைகள் வெளிப்படவில்லை.

சாம் செல்லதுரை பல இரவுகள் நூலகத்தில் இருந்து எடுத்துவரப்பட்ட சூன்யக்காரிகளின் வன்கொலை பற்றிய ஆவண ஏடுகளை வாசித்துக் கொண்டிருந்தபோது விஞ்ஞான வளர்ச்சியின் பின்னே விவரிக்கமுடியாத வன்முறையும் குருதிக்கறையும் ஒடுங்கியிருப்பதை அறியத் துவங்கினார்.

பத்தொன்பதாம் நூற்றாண்டின் பின்பாக விஞ்ஞானம் முழுமையாக தனது மரபிலிருந்து துண்டித்துக்கொண்டது. பாரம்பரிய அறிவு மற்றும் விஞ்ஞானக் கூறுகளை அது முட்டாள்தனம் என்று ஒதுக்கியதோடு அந்த முறைகளை அழிப்பதிலும் தீவிர அக்கறை காட்டியது. அநேகமாக இந்த ஒரு நூற்றாண்டில் முற்றிலும் அழித்து ஒழிக்கப்பட்ட பாரம்பரிய அறிவு முறைகளின் எண்ணிக்கை நிச்சயம் ஆயிரத்திற்கு மேலாக இருக்கும் என்று செல்லதுரைக்குத் தோன்றியது.

எஸ்.ராமகிருஷ்ணன் ✻ 59

இதை உறுதி செய்ய கொலம்பியா பல்கலைக்கழகத்தில் மானுடவியல் துறையில் ஆய்வு செய்யும் ராபர்ட் ஹேலை சந்தித்து பேசியபோது ஹேல் மிகுந்த ஆதங்கத்துடன் ஆப்ரிக்காவில் மட்டும் இயற்கையை நுண்மையாக அறியும் அறிவுத்திறன் கொண்ட ஆதியின் குழுக்கள் நூற்றுக்கணக்கில் இருந்தன.

அதில் நூகோ என்றொரு ஆதிவாசிகள் மழை பெய்ய துவங்கியவுடனே அது எவ்வளவு நேரம் பெய்யக்கூடும், என்ன வகை மழையது, எத்தனை துளிகள் பெய்கின்றன. மழை ஆணா பெண்ணா என்பதைக் கண்ணால் கண்டு சொல்லிவிடக்கூடியவர்கள். அவர்கள் மழையை வெறும் நிகழ்வாக மட்டும் காண்பதில்லை. அது போலவே மழைத் தண்ணீரைக் குறிப்பதற்குத் தனியான சொற்கள் அவர்களிடம் இருந்திருக்கின்றன.

ஆனால் அந்த நிலப்பகுதியை அதிகாரம் செய்த வெள்ளை காலனி அரசாங்கம் அந்த இனக்குழுவின் அறிவை மெல்ல ஒடுக்கி மழையை அளக்கும் கருவிகளை மட்டுமே பயன்படுத்த வேண்டும் என்ற கட்டாய நிபந்தனையை ஏற்படுத்திய காரணத்தால் இன்று அந்த மக்களிடம் இருந்த இயற்கையான உள்ளுணரும் இயல்பு முழுமையாகத் துண்டிக்கப்பட்டுவிட்டது.

மரபு அறிவு எப்போதுமே உயர் விஞ்ஞானத்திற்குச் சவால் விடுவதாகவே இருந்திருக்கிறது. விஞ்ஞானிகளாக நாம் கொண்டாடும் பலர் மரபு அறிவு அழியும் போது மௌனமாகப் பார்த்துக்கொண்டேயிருந்திருக்கிறார்கள். ஒரு சிலர் அதை உள்ளூர ரசித்து மகிழ்ந்திருக்கிறார்கள். எளிய மனிதனின் கண்டுபிடிப்புகள் ஒருபோதும் கண்டு கொள்ளப்பட்டதேயில்லை.

செல்லதுரைக்கு மேல் சொன்னதன் உண்மை மனதில் உறைந்து கொண்டேயிருந்தது. விஞ்ஞானத்தின் வளர்ச்சியும் வணிகப்பயன்பாடும் ஒன்று சேர்ந்தது தான் ஆய்வுமுறைகளின் ஆதார தவறு என்று நினைத்தார். அத்தோடு விஞ்ஞானிகளிடம் இயல்பாக இருக்கவேண்டிய உயர்கற்பனை இன்று முழுமையாக விலக்கப்படுகிறது. ஒருவகையில் விஞ்ஞானி எதிர்காலத்தின் பெயரால் வன்முறைகளை உருவாக்கவும் அறிமுகப்படுத்தவும் அனுமதிக்கப்பட்டவனாகயிருக்கிறான் என்று செல்லதுரைக்குத் தோன்றியது. தானும் இப்படித்தான் மறைமுக உடந்தையாகவே செயல்பட்டிருக்கிறோம் என்கிற மெல்லிய குற்றவுணர்ச்சியும் அவருக்குள் உருவாக ஆரம்பித்தது.

அவர் பதினைந்தாம் நூற்றாண்டின் ரசவாதம் அறிந்த சூன்யக்காரிகளின் அக உலகிற்கு நெருக்கமாகத் துவங்கினார். ஜோசினா பெய்லி அவருக்குப் பிடித்தமானவளாக மாறியிருந்தாள். நியூட்டனையும் கலிலியோவையும் நம்பும் மனது ஏன் பெய்லி, மெக்கோ போன்ற சூன்யக்காரிகளின் விஞ்ஞான அறிவை நம்ப மறுக்கிறது என்று தன்னுடைய மாணவர்களிடம் அவர் விவாதம் செய்தார்.

மாணவர்கள் இவை எல்லாம் புனைகதைகளைப் போன்றவை. அதை விஞ்ஞானம் என்று எப்படி வகைப்படுத்தவது என்று கேலியான குரலில் கேட்டார்கள்.

அதற்கு செல்லதுரை நேற்றைய புனைவுகள் தான் இன்றைய விஞ்ஞானமாகியிருக்கிறது. அறையின் சுவரில் தலை கீழாக எண்ணெய் இல்லாமல் தொங்கும் விளக்கு ஒன்று எரிந்து கொண்டிருக்கிறது என்று ஆயிரத்தோரு அராபிய இரவுக்கதைகளில் ஒரு வரி இடம்பெற்றிருக்கிறது. மின்விளக்குகளின் வருகை அதை நிஜமாக்கியிருக்கிறது. அதே நேரம் அந்தப் புனைவின் வசீகரத்தை இந்த நிஜத்தால் சுருக்கி விடவோ, அழித்துவிடவோ முடிந்ததில்லை.

மனித மனம் புனைவின் வழியேதான் முன்னேறிக் கொண்டிருக்கிறது. எல்லா கண்டுபிடிப்புகளின் பின்னேயும் உள்ளுணர்வே அடிப்படையாக இயங்கிக் கொண்டிருக்கிறது. அது புனைவையே தன்னுடைய ஆதாரக் கருவியாகக் கொண்டிருக்கிறது என்று சொல்லி மாலெஸ் மாலிபேகரத்தில் உள்ள இன்னொரு குறிப்பை வாசித்துக் காட்டினார்.

அது இத்தாலியின் கிராமம் ஒன்றில் மெக்கோ என்ற சூன்யக்காரி ஒரு மனிதனைச் சிறுநீர் கழிக்கச் செய்துவிட்டு அதில் ஒரு துளிகூட கீழே விழாமல் மீண்டும் அவரது ஆண்குறியின் வழியே உள்ளே இழுத்துக் கொள்ளச் செய்திருக்கிறாள். இதை அவன் பலமுறை வேடிக்கையாக செய்து காட்டியிருக்கிறான். அவனது ஆண்குறியிலிருந்து ஒரு சொட்டு மூத்திரம் தரையில் விழவில்லை.

அதை நம்ப மறுத்த பொதுமக்களில் பலரை அவள் ஒரே இடத்தில் நிற்க வைத்து அவர்களுக்குத் தன்னுடைய பச்சை மருந்து ஒன்றை ஒரு மடக்கு குடிக்க வைத்து எல்லோருடைய மூத்திரத்தையும் வெளியே பீச்சவும் மீண்டும் உள் இழுக்கவும் செய்திருக்கிறாள். இதன் பின்னே இருப்பது வெறும் மந்திரத்தந்திரமில்லை. ஒரு உயர்விஞ்ஞானம். உடலின் புதிய

பயன்பாடு. ஏன் அதை நாம் கற்பனை என்று ஒதுக்கிக் கடந்து செல்கிறோம் என்று கேட்டார்.

உடனே இந்தியாவிலிருந்து விஞ்ஞான ஆய்விற்கு வந்திருந்த ஊர்மிளா கபூர் சொன்னாள். நீங்கள் சொல்லும் சம்பவங்களை இந்தியாவில் ஹட யோகிகள் செய்திருக்கிறார்கள். இன்றைக்கும் இமயமலையில் ஹட யோகிகள் இருக்கிறார்கள் என்கிறார்கள். அவர்கள் குளிரை உடல் அறியாமல் செய்ய முடியும் என்பதோடு, பசியே இல்லாமல் பல ஆண்டுகாலம் உயிர்வாழ முடியும் என்றும் சொல்கிறார்கள். அதை விஞ்ஞானம் என்று நம்ப வேண்டுமா என்று கேட்டாள்.

செல்லதுரை புன்சிரிப்புடன் உங்களது கணினியின் உதவியால் அளவிடப்பட முடியாத எதுவும் உங்கள் தலைமுறைக்கு விஞ்ஞானம் இல்லை. ஆனால் ஹடயோகியும் சூன்யக்காரி மெக்கோவும் நம் விஞ்ஞானத்தை அதன் எல்லைகளுக்குள் நுழையாமலே அறிந்து கொண்டவர்கள். சாதனை செய்தவர்கள் என்று தோன்றுகிறது. ஒருவேளை எதிர்கால விஞ்ஞானம் என்பது மரபு அறிவை மீட்டு எடுத்து அதிலிருந்து வளர்ச்சி அடைவது தானோ என்னவோ என்று சொன்னார்.

செல்லதுரையின் இந்த மாறுதல்கள் அவரது ஆராய்ச்சி மாணவர்களிடம் எந்த விளைவும் உருவாக்கவில்லை. ஆனால் அவர் தன் இளவயதில் அடைந்த உத்வேகத்தை விடவும் அதிகமாக முதிய வயதில் விஞ்ஞானத்தைப் புதிய சாளரங்களின் வழியே அறிந்து கொள்ள முடியும் என்று நம்பத் துவங்கினார்.

அவருக்கு ஜோசினா பெய்லியின் மரபறிவு வெறும் கற்பனையில்லை என்று தோன்றிக்கொண்டேயிருந்தது. இதற்காகவே அவர் பெய்லியின் காலத்தைய பரிசோதனை முறைகளை அறிந்து கொள்ள ஆரம்பித்தார்.

பெய்லியின் கரப்பான்பூச்சி ஒன்றினைப் பற்றிய குறிப்பு ஒன்று கல்லூரி ஆய்வேட்டிலிருந்து கிடைத்தது. அவள் தன்னுடைய பரிசோதனைக்காக மனிதர்களைத் தவிர வேறு எந்த உயிரையும் பயன்படுத்திக்கொள்ளவில்லை. அப்படிப் பரிசோதனைக்காக பயன்படுத்தப்பட்ட மனிதனின் அடையாள் சொல்லாக அவள் கரப்பான்பூச்சியை வைத்திருந்தாள். காரணம், உலகம் அழியும்போதும் கரப்பான்பூச்சிகள் அழியாது என்பதே.

பெய்லியின் கரப்பான்பூச்சியாக இருந்தவனின் பெயர் பார்மிகோரஸ். அவன் பெய்லியின் அந்தரங்கப் பணியாளனாக இருந்திருக்கிறான். அவளது எல்லா கண்டுபிடிப்புகளும் அவனைப் பயன்படுத்தி உருவாக்கப்பட்டதே. பார்மிகோரஸ் எந்த மறுப்பும் இன்றி அவள் தரும் ரசவாதக் குளிகைகள், கலவைகளைக் குடித்திருக்கிறான். மயங்கிக் கிடந்திருக்கிறான். அவன் உடலில் பல இடங்களில் அவள் கத்தியால் துளையிட்டு ஆய்வு செய்திருக்கிறாள்.

பலநேரங்களில் அவள் இறந்துபோன உடல்களை யாரும் அறியாமல் விலைக்கு வாங்கி வந்து பலநாள் இரவெல்லாம் மெழுகுவர்த்தி வெளிச்சத்தில் அதை ஆராய்ந்திருக்கிறாள். அப்போது இறந்த உடலின் அருகே அதுபோலவே பார்மிகோரஸ் படுத்துக் கிடந்திருக்கிறான். இரண்டையும் ஒப்பிட்ட அவளது குறிப்புகள் நூறு பக்கங்களுக்கும் மேலிருக்கின்றன.

ரோமில் உள்ள ஊசிகோபுரத்திலிருந்து ஆட்டுக்குட்டியை வீசி எறிந்து பறக்க வைப்பதற்கு முன்பாக பெய்லியின் வீட்டு மர ஏணியில் ஏறி பலமுறை பறந்து விழுந்திருக்கிறான் பார்மிகோரஸ் பெய்லி ஏன் இத்தனை தீவிரமாகப் பரிசோதனை செய்திருக்கிறாள். அவள் எதை நிரூபணம் செய்துவிட துடித்திருக்கிறாள். மனித உடல்களை எடையற்று செய்வதன் வழியே அவள் என்ன சொல்ல விரும்பினாள்.

சூன்யக்காரிகளைத் தீவைத்து எரித்தது நியாயமே என்று வாதிடும் இறையியல்வாதியான ஜோகன்ஸ் நெதர் தன்னுடைய அனுமானமாக இதைப் பற்றிக் கூறும்போது அவள் கடவுளின் பிடியிலிருந்து உலகத்தை விலக்கிவிட முயன்றிருக்கிறாள். கடவுளின் நிரந்தரமான எதிரி விஞ்ஞானம் மட்டுமே.

மதம் கடவுளின் பெயரால் உலகைத் தன் ஆளுமைக்குள் வைத்திருந்தபோது அவள் மதத்திலிருந்தும் கடவுளிடமிருந்தும் விடுவித்து மனித இருப்பை அதன் சுய சார்பு இயக்கமாக மாற்ற முனைந்திருக்கிறாள்.

ஒருவகையில் அவள் பேராசை கொண்டவள். எண்ணிக்கையற்ற கடவுள்கள் ஒன்று சேர்ந்து இந்த உலகைத் தங்களது இரும்புப் பிடியில் இறுக்கி வைத்துக்கொண்டிருந்தபோது அவள் தன்னுடைய விடாப்பிடியான ஆவேசத்தால் கடவுளுக்கு எதிராகத் தன்னுடைய கண்டுபிடிப்புகளை முன் வைத்திருக்கிறாள்.

ஒரு மனிதனால் பறக்க முடியும் என்பது வெறும் விஞ்ஞான சாதனை மட்டுமில்லை. அது கடவுள் மனிதனுக்குத் தர மறுத்ததை மனிதன் தானே சாதித்துக் கொள்வதைப் போன்றது. ஒருபோதும் திருச்சபையும் கடவுளும் அதை அனுமதிக்கமாட்டார்கள்.

கடவுள் எடையற்றவர். அதனால்தான் அவரால் பூமியின் விசைக்கு உட்படுத்த மனிதர்களின் இச்சைகள் மற்றும் அவதிகளின் வலியைப் புரிந்து கொள்ள முடிந்ததில்லை. மனிதனை எடையற்று போகச் செய்வதன் வழியே அவன் கடவுளின் தேவையை கடந்து போக செய்துவிட முடியும் என்ற பெய்லியின் வாதம் திருச்சபையை அவமதிக்கக் கூடியது. அவள் எரிக்கப்பட்டது முற்றிலும் நியாயமான காரணங்களுக்காவே என்கிறார் ஜோகனஸ் நெதர்.

பெய்லியை உயிரோடு எரித்தபோது அவளுடன் பார்மிகோரஸ் மற்றும் இரண்டு முயல்கள், அவளது வளர்ப்பு நாய் யாவும் சேர்த்து எரிக்கப்பட்டது. அதற்கான முக்கிய காரணம், இதில் எது பெய்லி என்று திருச்சபை பாதிரிகளுக்கு இருந்த சந்தேகமே என்ற உபகுறிப்பு ஒன்றும் அதில் காணப்படுகிறது.

செல்லதுரை இந்தக் குறிப்புகளின் பின்னே பெய்லியை முழுமையாகப் புரிந்துகொள்ளவும் உயர்ந்த பீடத்தில் வைத்து மரியாதை செய்யவும் ஆரம்பித்தார்.

விஞ்ஞானத்தின் இருப்பு கடவுளுக்கு எதிரானது என்பதை அவர் பூரணமாக உணரத் துவங்கினார். மதமும் கடவுளும் எத்தனை காலம் விஞ்ஞானத்தின் சிறு கிளைகளைக்கூட வளர விடாமல் வெட்டியிருக்கிறார்கள். இன்றும் மனித நம்பிக்கைகள் பெரிதும் மதம் சார்ந்தேயிருக்கின்றன. விஞ்ஞானம் வெறும் இரண்டாம் நிலை நம்பிக்கையே.

நூற்றாண்டுகால விஞ்ஞானம் தேவாலயம் மற்றும் வழிபாட்டு மையங்களில் மின்சார விளக்கு எரியவும், பிரசங்கத்திற்கான ஒலிப்பெருக்கி கருவியாகவும், பூச்சகர்கள், போதகர்கள் பயன்படுத்தும் கார், வேன் உள்ளிட்ட வாகனங்களாகவும் மட்டுமே சுருங்கிப் போயிருக்கிறது. இன்னொரு பக்கம் கொலைக்கருவிகளைத் தயாரிக்கவும் விநியோகிக்கவும் உதவி செய்திருக்கிறது. விஞ்ஞானம் மனித வளர்ச்சியின் அடுத்த படி நிலைக்கு ஒருபோதும் உதவியாகவே இல்லை. நம் காலத்தின் மிகப்பெரிய வணிக தந்திரங்களில், வணிகப் பொருட்களில்

ஒன்றாகிவிட்டது விஞ்ஞானம் என்று உறுதியாக நம்பினார்.

அந்த ஆண்டிற்குள் தான் செய்து முடிக்கவேண்டிய உயிரியல் ஆய்வுகளைத் தள்ளிவைத்துவிட்டு பெய்லியின் ரசவாதக் குறிப்புகளில் இருந்து ஒன்றிரண்டைத் தன் பரிசோதனை சாதனையில் செய்து பார்க்க முடிவு செய்தார்.

அதற்குத்தான் அவருக்குக் கம்போடிய சாம்பல் எலி தேவைப்பட்டது. முக்கிய காரணம், அந்த எலிகள் இயற்கையான வயல்வெளியில் மட்டுமே வாழ்ந்திருக்கின்றன. செயற்கை உணவுப்பொருள்கள் எதையும் அவை தின்றதில்லை. மற்றொன்று, தலைமுறை தலைமுறையாக அந்த எலிகளின் உடல் அளவு ஒன்று போலவே இருக்கிறது. அவை ஒருபோதும் உடல் பருமன் கொள்வதேயில்லை. ஆகவே கம்போடிய எலியின் உடலில் தான் உருவாக்கி இருந்த பெய்லி கலவை என்ற மருந்தைச் செலுத்தி அதன் வேதியியல் மாற்றங்களை நுட்பமாக ஆராய்ந்தபடியேயிருந்தார்.

ஆரம்ப நிலையில் எந்த மாற்றங்களும் வெளிப்படையாகத் தென்படவில்லை. எலி எப்போதும் போலவே மயக்கமடைவதும் சில மணி நேரங்களின் பின்பு தெளிவு கொண்டு சோர்வுற்றுக் கிடப்பதுமாக இருந்தது.

ஆனால் ஒரு ஞாயிற்றுக்கிழமை மதியத்தில் எலி மயக்கத்திலிருந்து விழித்துக்கொண்டபோது அது கண்ணாடிப் பெட்டகத்தினுள் கால்பாவாமல் மிதந்து கொண்டிருந்தது. அதனால் முன்பின்னாக காற்றில் போய்வர முடிந்தது. அந்தப் பறக்கும் அனுபவம் அதற்கு திகைப்பூட்டியிருக்க வேண்டும். உடலின் துடிப்பும் இயக்கமும் மிகுந்த ஏற்றமும் இறக்கமும் கொண்டிருந்ததை கணிப்பொறி காட்டிக் கொண்டிருந்தது. தன்னுடைய பிடி நழுவுவது போல எலி அச்சத்தோடு வெற்றுவெளியில் நடந்து கொண்டிருந்தது. பிறகு அது இன்னும் மயக்கத்திலிருக்கிறோம் என்பது போல தலையைச் சிலுப்பிக் கொண்டது. இந்தக் காட்சிகளை வேடிக்கை பார்த்தபடியே இருந்தார் சாம் செல்லதுரை.

மறுநாள் முந்தைய நாளை விடவும் கூடுதலாக மருந்தை அதற்கு செலுத்தினார். எலி விழித்துக்கொண்டபோது முன்பு போல் இல்லாமல் காகிதம் பறப்பது போல வெகுவேகமாகப் பறந்து மிதந்து கொண்டிருந்தது. அவர் கண்ணாடிக் கூண்டின் கதவைத் திறந்து வைத்திருந்தார். எலி கண்ணாடிக் கூண்டிலிருந்து வெளியே மிதந்து வந்து

அறையின் வெற்றிடத்தில் அலைந்தபடி சென்றது. அதனிடம் கட்டுப்படுத்த முடியாத வேகமிருந்தது.

மருந்தின் அளவு அதிகமாக அதிகமாக அதன் உடல் எடை குறைந்து கொண்டே வந்தது. மிதமிஞ்சி மருந்தைச் செலுத்தியபோது எலி அறுபட்ட காற்றடி போல வானின் மிக உயரத்தில் பறந்து அலைந்து கொண்டிருந்தது. இந்த மாற்றத்தில் அவர் கண்ட முக்கிய அம்சம் பறக்கத்துவங்கியதில் இருந்து எலியின் குரல் முற்றிலும் ஒடுங்கிப்போய் விட்டது என்பதே. அது சப்தமிடுவதேயில்லை. ஒருவேளை உடல்வலிதான் சப்தத்தின் ஆதார காரணமா?

ஒரு வார காலப் பரிசோதனையின் பின்பாக அவர் ஒரு நாள் எலியை மின்சார எடை இயந்திரத்தில் இட்டு எடையளவு பரிசோதனை செய்தபோது அது எடையே இல்லாமல் இருந்தது. பலமுறை அதை உறுதி செய்தபடியே அந்த எலியைத் தன் கைகளில் பிடித்தபோது பஞ்சினைக் கையில் வைத்திருப்பது போலவே இருந்தது. அதைத் தன்னுடைய ஆராய்ச்சிக்கூடத்தின் நாற்பதாவது தளத்திற்குக் கொண்டு சென்று அங்கிருந்து கீழே தூக்கி எறிந்தார்.

எலி மிக எளிதாக வானில் பறந்தபடியே அங்கும் இங்கும் போய்க்கொண்டிருந்தது. எந்தத் திசையில் போவது, எப்படிப் போவது என்ற குழப்பம் அதிகமிருந்திருக்கக்கூடும். அது முன்பின்னாக வேகமாக நகர்வதும் திரும்புவதுமாக இருந்தது. அவர் ஜோசினா பெய்லியை நினைவு கொண்டு நன்றி சொன்னார்.

அந்த எலி அரைமணி நேரம் மிதந்து கொண்டிருக்கக் கூடும். பிறகு அதன் உடலில் இருந்த மருந்தின் செயல்பாடு குறைய துவங்கியதும் அது தரையை நோக்கி இறங்கி வரத்துவங்கியது.

ஆராய்ச்சி மையத்தின் பின்னால் வந்து விழுந்த அந்த எலியைத் தன் பரிசோதனைக்கூடத்திற்கு செல்லதுரை கொண்டு வந்தபோது அவர் மனதில் சொல்லமுடியாத சந்தோஷம் ததும்பிக்கொண்டிருந்தது. அதை நிறைய புகைப் படங்கள் எடுத்துக்கொண்டார். அன்றிரவு செல்லதுரை நிறைய குடித்தார். இரவு தன்னோடு படுக்கையில் அந்த எலியைக் கூடவே வைத்திருந்தார்.

திடீரென அவருக்குத் தோன்றியது. எடைதான் மனிதனை பூமியோடு பிணைத்து வைத்திருக்கிறது. மனித உடலின் வலியும்

சந்தோஷமும் தான் வாழ்வின் ஆதார அம்சங்கள். ஒருவேளை எடையற்றுப் போனால் உடல் குறித்த அவனது பிரக்ஞை முற்றிலும் அழிந்து போய்விடும். பின்பு அவன் ஒரு காகிதம். சிந்திக்க தெரிந்த காகிதம் அவ்வளவே.

வாழ்வின் சாரமாகக் கருதுவது, மனித உடல் ஒன்றோடு ஒன்று கொள்ளும் ஈர்ப்பும் விலக்கமும் நெருக்கமும் ஒன்றிலிருந்து மற்றொரு உடல் உருவாவதும்தான். அதுதான் வாழ்வினைப் பிடிமானம் கொள்ள வைத்திருக்கிறது. கர்ப்பிணிப் பெண் வயிற்றில் குழந்தையிருப்பது ஒரு எடை தானே. அது உணரப்படாவிட்டால் தாய்மை கொண்டாடப்படுமா, தூசி உடம்பில் ஒட்டிக்கொண்டது போல எளிதில் விலக்கம் கொண்டுவிடாதா?

ஒருவேளை எடையற்றுப் போனால் மனிதன் நூற்றாண்டு காலமாக வாழ்ந்த பூமியோடு உள்ள நெருக்கத்தை மண் மீதான தனது பிடிமானத்தை சகமனிதன் மீதான தனது ஈர்ப்பை விலக்கிப் போய்விடுவான் இல்லையா. ஒருவகையில் இது மனித வீழ்ச்சியின் துவக்கமில்லையா? தனது கண்டு பிடிப்பு அணு ஆயுதம் ஒன்றினை விடவும் பேரழிவு தரக் கூடியது.

எலிகள் பறக்கத் துவங்கும் காலம் பேரழிவின் துவக்க காலம் என்று புனித நூல்கள் கூறுகின்றன. அதைத்தான் துவக்கி வைக்கின்றேனா? ஒருவகையில் தன்னை இப்படியான காரியங்களில் உந்தித் தள்ளியது சாத்தானின் செயல்தானோ என்று குற்றவுணர்ச்சி உருவாகத் துவங்கியது. அவர் அறியாமல் தெய்வபயம் பீறிடத் துவங்கியது. இறுக்கமடைந்து போயிருந்த அவரது மனதில் இந்த பயம் நுழைந்தவுடன் அவர் அறியாமல் மண்டியிட்டு மன்னிக்கும்படியாகப் பிரார்த்தனை செய்தார்.

பிறகு தான் மன்னிப்பு கேட்டது தவறு என்று உள்ளுணர்வு தோன்றியபடியே அதை மறுதலிக்கவும் செய்தார்.

மனித உடம்பில் கூடுதலாக திடீரென இரண்டு விரல்கள் அதிகமானாலே அதை எப்படிப் பயன்படுத்துவது என்று தெரியாமல் மனிதன் திணறிப்போய்விடுவான். இந்நாள் வரை ஆறாவது விரல் கொண்டவர்களில் ஒருவர்கூட அதை எப்படிப் பயன்படுத்துவது என்பதை முழுமையாக அறிந்து கொண்டதேயில்லை. அந்த நிலையில் ஒரு நாளில் மனிதன் முற்றாக எடையிழந்து போனால் நிச்சயம் அது மனித இயல்பை சீர்குலைக்கும் செயல் என்றே தோன்றியது.

அன்றிரவு அவர் துர்சொப்பனங்களால் பீடிக்கப்பட்டார். வானில் எலிகள் கூட்டம் கூட்டமாகப் பறந்து கொண்டிருந்தன. தான் ஒரு பேரழிவிற்கான கருவியைக் கண்டுபிடித்துவிட்டது போன்ற பயம் அவருக்கு வரத்துவங்கியது.

விடிந்தபோது முதல் வேலையாகத் தன்னுடைய பரிசோதனை எலியை சாலையோரம் உள்ள பூங்கா ஒன்றின் புதரில் கொண்டு போய்விட்டு வந்தார். அது அவசரமாக ஓடியது. ஒருவேளை இதையும் பரிசோதனை என்று தான் எலி கருதுமா என்று நினைத்தபடியே பார்த்துக்கொண்டிருந்தார்.

பிறகு தனது ஆய்வகத்திற்குச் சென்று தனது சமீபத்திய கண்டுபிடிப்புகள் யாவும் பொய்த்துப்போயின என்று முடிவுரை எழுதினார். மண்டியிட்டு ஜோபினா பெய்லியிடம் மன்னிப்புக் கேட்டார்.

விஞ்ஞானம் மனிதனின் புற வளர்ச்சிக்கு எவ்வளவு உதவியிருக்கிறதோ அவ்வளவு அக வளர்ச்சிக்கு எதிராகச் செயல்பட்டிருக்கிறது. எல்லா கண்டுபிடிப்புகளும் மனித தன்னியல்பை, தனித்திறனை ஒடுக்கியும் விலக்கியுமே வளர்த்திருக்கின்றன. பின்னோக்கிச் செல்லும் கடிகாரங்கள் எதுவும் உலகில் இல்லை. ஆகவே முன் செல்லும் காலத்தின் மீது மனிதனை வெறும் காகிதமாக மாற்றிவிடும் இந்தப் பரிசோதனையை கைவிட வேண்டியிருக்கிறது.

மின்சாரத்தின் வருகை மனிதர்களுக்குப் பயத்தினை அகற்றியிருக்கிறது. பகலிரவின் மீதான மயக்கத்தை விலக்கியிருக்கிறது. ஆனால் இருள் என்பதை பற்றிய அடிப்படை உணர்வுகள் கூட நம்மை விட்டுப் போய்விட்டன. வெளிச்சம் மட்டுமே உலகின் இயல்பாகிவிட்டது. இருள் விலக்கப் படவும் ஒதுக்கப்படவும் வேண்டி தவறான அம்சம் என்று முடிவு செய்துவிட்டார்கள். உண்மையில் இருளும் வெளிச்சமும் எதிரான இரண்டல்ல. ஒன்றைப் புரிந்து கொள்ள இன்னொன்று அவசியமானது.

எனது உயிரியல் ஆய்வுகளில் நான் கற்றுக்கொள்ளத் தவறியது இன்றைய நவீன உயர்விஞ்ஞானம் அடிப்படை மனித அறங்களை ஒருபோதும் கவனிப்பதேயில்லை என்பதைத்தான். எதையும் தன்னுடைய சுய இச்சைக்குப் பலிகொடுக்கத் தயாராகயிருக்கிறது.

ஒரு வகையில் நானும் ஒரு பரிசோதனை எலிதான். என் அறிவை ஒரு அரசாங்கம், அதன் அதிகாரம் பரிசோதனை செய்து கொண்டிருக்கிறது. இதை எனக்கு நானே செய்து கொள்கிறேன். சோதனைக்குப் பிறகு எலி தூக்கி எறியப்படுவது போல நானும் தூக்கி எறியப்படக்கூடும்.

உண்மையில் பெய்லின் கரப்பான்பூச்சியாக இருந்த பார்கோரஸ் நான்தான்.

பெய்லியை எரியூட்ட திருச்சபை தேவைப்பட்டது. என் வரையில் அது தேவையற்றது. என் குற்றபோதத்திற்கான மீட்சியாக என் கண்டுபிடிப்பான பெய்லி கலவையை நானே முழுமையாகச் செலுத்திக்கொள்ளப் போகிறேன். எடையில்லாமல் காற்றில் காய்ந்த இலை பறப்பதை போல கலந்து விடப்போகிறேன். அது மட்டுமே. விஞ்ஞானத்திற்கு நான் செய்யும் கைமாறாக இருக்கக்கூடும்.

ஒருவேளை நீங்கள் என்னையும் எனது கண்டுபிடிப்பையும் புனைவு என்று கருதலாம். அப்படி ஒதுக்கப்பட நேர்ந்தால் அதுதான் எனக்கு அளிக்கப்படும் உயர்ந்த அங்கீகாரம் என்று கருதுகிறேன் என்று எழுதி ஒரு குறிப்பை மால்சி மால்பிகேரம் நூலில் வைத்துவிட்டு தனது பெய்லிக் கலவையை முழுமையாகத் தன் உடலில் செலுத்திக் கொண்டார்.

அலுவலகம் வந்த சாம் செல்லதுரை திடீரென எங்கே போனார், என்ன ஆனார் என்று பரிசோதனைக்கூட காப்பாளர்களால், மாணவர்களால் அறிந்துகொள்ள முடியவில்லை. ஒருவேளை அவர் காற்று கொண்டுசெல்லும் திசையில் மிதந்தபடியே கம்போடியாவின் வயல்வெளிகளின் மீது பறந்து அலையக்கூடும். அல்லது இதுபோன்ற கதையை உருவாக்கிவிட்டு, தனது மற்ற ரசவாத ஆய்வுகளை யாரும் அறியாமல் ரகசியமாக எங்காவது ஒரு அறையில் தொடர்ந்து செய்து கொண்டிருக்கவும் கூடும்.

விஞ்ஞானம் எண்ணிக்கையற்ற புனைவுகளால் நிரம்பியது தானே. அதில் ஒரு புனைவுதான் பெய்லி, சாம் செல்லதுரை யாவும்.. இல்லையா?

மிருகத்தனம்

அன்று காலை பதினோரு மணிக்கு நாயை வைத்தியரிடம் அழைத்துப் போக வேண்டும் என்று முன்பதிவு செய்திருந்தாள் சியாமளா. உண்மையில் நாய் ஆரோக்கியமாகவே இருந்தது. ஆனால் அதன் சுபாவம் மாறியிருப்பதைத் தான் அவளால் புரிந்து கொள்ளவே முடியவில்லை.

திருமணமாகி வரும் வரை அவள் நாய் வளர்த்ததில்லை. ஆனால் அவளது கணவன் ராஜனுக்கு நாய் வளர்ப்பதில் அதிக ஆர்வமிருந்தது. பெங்களூரில் தான் பிரம்மச்சாரியாக தனியே வசித்தபோதுகூட இரண்டு நாய்கள் வளர்த்ததாகச் சொல்லியிருக்கிறான்.

அவர்களது திருமணப் பரிசாக ஜோசப் தயாளன் தந்தது தான் அந்த ஜெர்மன் ஷெப்பர்ட். இரண்டு மாதக் குட்டியாக இருந்தது. அதற்கு நோவா என்று பெயர் வைத்தது கூட ராஜன்தான். தினசரி குளிக்க வைப்பது, இறைச்சி, பிஸ்கட் வாங்கிப்போடுவது. நடைப்பயிற்சிக்குக் கூட்டிப் போவது என்று ராஜன் அதன் மீது மிகுந்த நெருக்கத்துடன் இருந்தான். ஜெர்மன் ஷெப்பர்டால் வெக்கை தாங்கமுடியாது. அதற்கு இரவில் குளிர்ச்சி தேவைப்பட்டது. அதற்காக அவர்கள் படுக்கை அறையின் ஓரத்திலே வந்து படுத்து கொள்ளும். அந்த அறையில் மட்டும்தான் குளிர்சாதன வசதியிருந்தது.

பல நேரங்களில் அவனோடு உடலுறவு கொள்ளும்போது நாய் அவளைப் பார்த்துக் கொண்டிருக்கிறதோ என்று

சியாமளாவிற்கு தோன்றும். இருளில் நாய் சலனமில்லாமல் கிடப்பது தெரிந்த போது அந்த கூச்சம் மனதின் மூலையில் அகலாமலே இருந்தது. அதை ராஜன் கண்டுகொண்டதேயில்லை.

அதனால் தானோ என்னவோ அவளுக்கு நோவாவைப் பிடிக்காமலே இருந்தது. சில நேரங்களில் அலுவலகம் விட்டு அவனுக்கு முன்னால் சியாமளா வீடு வந்தபோது நோவா வேகமாக வந்து அவள் மீது தாவி ஆசையோடு நக்கத் துவங்கும். அவள் எரிச்சல் அடைந்தபடியே அதை விலக்குவாள். கடுமையாகத் திட்டுவாள்.

அந்த நாய்க்கு ஆங்கிலம் பழகியிருந்தது. அவர்கள் வீட்டில் ஆங்கிலத்தில் தான் பேசிக்கொண்டார்கள். கோபம் அதிகமான நேரங்களில் மட்டுமே ராஜன் தமிழில் கத்துவான். எந்த மொழியில் பேசினாலும் நாய்களுக்கு ஏதாவது பிரச்சினை இருக்கப் போகிறதா என்ன? அந்த நாயின் மூதாதையர்கள் வேட்டைக்குப் பிரசித்தி பெற்றவர்கள் என்றும், பனிப்பிரதேசங்களில் வாழ்ந்து பழகியவர் என்றும் ஜெர்மன் ஷெப்பர்ட் பற்றி ராஜன் நிறைய சொல்லியிருக்கிறான்.

ஏன் இப்படித் தன்னைப் போல் அதுவும் தன் பூர்வீகம் மறந்து இப்படித் தங்கள் வீட்டில் வந்து அடைபட்டுக் கிடக்கிறது என்று தோன்றும் நிமிசங்களில் அதன் மேல் ஒரு பரிவு உண்டாகும். நாயைத் தடவிக் கொடுப்பாள்.

ராஜன் அலுவலகம் விட்டு வந்ததில் இருந்து அந்த நாயோடு சேர்ந்தேதானிருப்பான். அவன் டிவி பார்க்கத் துவங்கும்போது அது காலடியில் படுத்துக்கொள்ளும். அவன் உற்சாகமாக கைதட்டி விளையாட்டினை ரசிக்கும் போது அதன் முகத்திலும் அந்த உற்சாகம் தொற்றிக்கொண்டிருக்கும். ராஜன் அலுவலகப் பயணமாகக் கிளம்பும் நாட்களில் நோவா பரிதவிக்கத் துவங்குவதைக் கண்டிருக்கிறாள். அது தன்னை விடவும் அவன் மீது அதீத அக்கறையும் ஈடுபாடும் கொண்டிருக்கிறதோ என்று கூட தோணும். நாயோடு உள்ள உறவைப் பொறுத்தவரையில் ராஜன் அருமையான மனிதன் தான். ஆனால் அவளால்தான் அவனோடு சேர்ந்து வாழ முடியாமல் போயிருந்தது.

அவர்கள் திருமணமாகி ஒன்றரை வருசத்திற்குள் பிரிந்து விட்டார்கள். அவன் அதே நகரில் வேறு அலுவலகத்திற்கு இடம் மாறிப் போய்விட்டான். எப்போதாவது அவளிடம்

எஸ்.ராமகிருஷ்ணன் ✳ 71

தொலைபேசியில் பேசுவதுண்டு. அவர்கள் பிரியும் நாளில் அவள் தான் நோவா தன்னிடம் இருக்கட்டும் என்று வைத்துக் கொண்டாள். சில நாட்களிலே வேலை, வீடு என்று தனித்து வாழப் பழகிய அவளுக்கு நோவாவைக் கவனிப்பதும், அதோடு பேசுவது அதைக் கட்டிக் கொண்டு உறங்குவது மட்டுமே இயல்புமாக இருந்தது.

ஆனால் கடந்த சில வாரங்களாகவே நோவா குரைப்பதில்லை என்பதை அவள் ஒரு நாளில் கண்டுபிடித்தாள். கடைசியாக நோவா எப்போது குரைத்தது. யோசிக்கையில் மனதில் அப்படியொரு நாள் தென்படவேயில்லை. அறியாத மனிதர்கள் வரும்போது ஓடி அவர்களை வழிமறிக்கிறதே தவிர, அது கத்துவதேயில்லை. ஏன் இப்படியிருக்கிறது என்று அவள் கவனிக்கத் துவங்கினாள். நோவா அந்நியர்களைக் கண்டுமட்டுமில்லை. எதற்குமே சப்தமிடுவதேயில்லை. அதன் முகத்தில் தீர்க்கமுடியாத துயரொன்று படர்ந்திருந்தது. அதைக் கலைப்பதற்காக அவள் புத்தகம் ஒன்றால் அதை அடித்துக் கூட பார்த்துவிட்டாள். அது சப்தமிடவேயில்லை. எதற்காக இந்த உக்கிர மௌனம். உலர்ந்த காயம் போல அதன் குரல் ஒடுங்கிப் போயிருக்கிறதோ?

நாயின் மௌனத்தை அவளால் தாங்க முடியவேயில்லை. சில நாட்கள் அவள் பாதி உறக்கத்தில் விழித்துப் பார்த்த போது நோவா இருட்டிற்குள் உட்கார்ந்திருப்பது தெரியும். எழுந்து அதைத் தன்னோடு இறுகக் கட்டிக்கொண்டு என்னடா வேணும் என்பாள். அதன் காதுகள் விடைத்துக் கொள்ளும். கண்களில் பரிவு கசியும். அவள் நாயின் ரோமங்களை நெற்றியைத் தடவி விட்டபடியே இருப்பாள். ஏன் இந்த நாய் தன் இயல்பை மறந்து இப்படியிருக்கிறது என்று யோசித்துக்கொண்டேயிருப்பாள்.

தெரிந்தவர்கள், நண்பர்கள் பலரிடமும் அதை எப்படி சரி செய்வது என்று கேட்டாள். இதற்காகவே நோவாவைக் கடற்கரைக்கு அழைத்துப் போனாள். சில வேளைகளில் அதிக மக்கள் நடமாட்டம் உள்ள வீதிகளுக்கு கூட அதைக் கூட்டிச் சென்றாள். செடிக்குத் தண்ணீர் பாய்ச்சும் குழாயை வைத்து அதன் மீது தண்ணீரை பாய்ச்சி விளையாடினாள். அது துள்ளியது. தாவியது. ஆனால் சப்தமிடவேயில்லை. குரைக்காத நாயாக இருப்பது அவளுக்குக் குற்றவுணர்ச்சி தருவதாக இருந்தது.

இதற்காகவே ஒரு முறை மணவிலக்குப் பெற்று பிரிந்த ராஜனை தேடிப்போய் நோவாவை பற்றி பேசினாள். அவன் ஜெர்மன் ஷெப்பர்ட் வகை நாய்கள் விசித்திரமானவை. அதைக் கையாளுவது எளிதில்லை. உன்னால் அதை வளர்க்க முடியாது. விற்றுவிடு என்று ஆலோசனை சொன்னான். அவள் அப்படியில்லை. உன்னை பிரிந்திருப்பது தான் காரணமாக இருக்கக்கூடும். சில நாட்கள் அதை உன்னோடு வைத்திருந்து பார் என்றாள். அவனும் பார்க்கலாம் என்றான். மறுநாள் அவளே ராஜன் தங்கியிருந்த குடியிருப்பில் நோவாவை கொண்டு போய்விட்டு வந்தாள்.

மூன்றாம் நாள் ராஜன் போன் செய்து நோவா ரொம்பவும் மாறிவிட்டது. அவள் சொன்னது போல் அது கத்துவதேயில்லை. அது சுவரை வெறித்துப் பார்த்தபடியே இருக்கிறது. நாய்களைப் புரிந்துகொள்ள முடியாது. அதன் கண்களில் வெறுப்பு பீறிடுகிறது. நீயே வந்து கூட்டிப் போய்விடு என்றான்.

அன்றிரவு நோவாவை வீட்டிற்குக் கூட்டி வந்து நெடு நேரம் அதோடு பேசிக்கொண்டிருந்தாள். அவள் ராஜனைக் காதலித்த கதையை அதற்குச் சொல்லிக்கொண்டிருந்தாள். நோவா தலை கவிழ்ந்தபடியே இருந்தது. மறுபடி சொல்லும் போது யாருக்கோ நடந்த கதை ஒன்றைப் போலிருந்தது. இவ்வளவிற்கும் அது என்றோ நடந்த விஷயமில்லை. இரண்டு வருடங்களுக்குள் தானிருக்கும்.

அப்போதுதான் சியாமளா அலுவலகத்திற்கு பெங்களூரில் இருந்து ராஜன் வந்திருந்தான். அனிருத்தாவின் பிறந்த நாள் பார்ட்டியின்போது தான் அவர்கள் நிறைய பேசிக் கொண்டார்கள். அதன்பிறகு சியாமளாதான் அவனைப் பிடித்திருப்பதாக முதலில் தெரிவித்தாள்.

ஒரு வேளை பதவி உயர்வில் தான் அமெரிக்கா போவதாக இருந்தால் திருமணம் செய்துகொள்ள இரண்டு ஆண்டுகள் ஆகும், பரவாயில்லையா என்று ராஜன் கேட்டான். அவள் தானும் அமெரிக்கா வந்துவிடுவதாகச் சொன்னாள்.

அவர்கள் அதிகம் காதலிக்கவில்லை. இரண்டு முறை ஒன்றாக திரைப்படம் பார்த்தார்கள். ஒரு முறை ஒன்றாக உடன் வேலை செய்யும் திருமுருகனின் திருமணத்திற்காக பாபநாசம் சென்றார்கள். அன்று ராஜன் அருவியில் குளிக்கவில்லை. திரும்பி வரும்போது அவளோடு ரயிலில் சீட்டு விளையாடினான். பொதுவில் அவன் அதிகம்

கலகலப்பில்லாதவன் என்றுதான் அவளுக்குத் தோன்றியது. ஆனால் அவளோடு நெருக்கமாகவும், வேடிக்கையாகவுமே ராஜன் பேசினான்.

சியாமளாவிற்கு முன்பாகவே அவளது தங்கை சித்ராவிற்கு திருமணமாகியிருந்தது. அவள் இரண்டு வருடங்கள் ஆஸ்திரேலியாவில் உயர் படிப்பு படிக்கப் போன காலத்தில் அது நடந்திருந்தது. அப்போது அது பெரிய விஷயமாகத் தெரியவில்லை. ஆனால் ஊர் திரும்பி வேலைக்குப் போன போது சியாமளாவின் மனதிற்குள் தனக்கு முன்பாக சித்ரா திருமணம் செய்து கொண்டது பிடிக்காமல் தானிருந்தது.

ஒவ்வொரு முறை தங்கையைப் பார்க்கும்போது அவள் அப்போதுதான் புணர்ச்சியிலிருந்து எழுந்து வந்திருக்கிறாள் என்பது போல மனதில் தோன்றுவதை சியாமளாவால் கட்டுப்படுத்தவே முடியவில்லை. அதற்காகவே சியாமளா வேகமாகத் திருமணம் செய்து கொண்டுவிட வேண்டும் என்று அவசரப்பட்டுக்கொண்டிருந்தாள்.

அவர்களாகவே திருமணத்திற்கான நாளைக் குறித்தார்கள். உடைகள், நகைகள் வாங்கினார்கள். திருமணத்திற்குப் பிறகு குடியேறப் போகும் புதிய வீட்டை வாடகைக்குப் பிடித்தார்கள். அவர்கள் எதிர்பார்த்ததை விடவும் அதிகம் நண்பர்கள் திருமணத்திற்கு வந்திருந்தார்கள். ராஜன் அன்று மிகுந்த பதட்டத்துடன் இருந்தான் என்பது அவனது முகத்தில் துல்லியமாக தெரிந்தது.

முதலிரவிற்காக, கடற்கரையில் உள்ள நட்சத்திர விடுதி ஒன்றில் தங்கியிருந்தார்கள். உடற்கிளர்ச்சிகள் ஆவேசமாகத் துவங்கி அரைமணி நேரத்திற்குள் அடங்கிவிட்டிருந்தது. ராஜன் தனது லேப்டாப்பில் ஏதோ தேடிக்கொண்டிருந்தான். படுக்கையில் கிடந்தபடியே அவனையே பார்த்துக் கொண்டிருந்தாள். அவளது விரல்கள் அவன் கேசத்தைக் கோதின. அவன் விரல்களை விலக்கிவிட்டு டெலிபோனை எடுத்து தனக்குப் பசிப்பதாகச் சொல்லி சான்ட்விட்ச் ஆர்டர் செய்வதாகச் சொன்னான்.

அவள் சற்றே எரிச்சலுற்றபடியே தான் உடையை மாற்றிக் கொள்வதாகச் சொல்லிக் குளியலைறைக்குள் சென்றாள். அவன் தனது போனில் யாருக்கோ குறுஞ்செய்தி அனுப்பிக் கொண்டிருந்தான். அவள் கதவைத் திறந்து வெளியே வந்து கடற்காற்றைப் பார்த்தபடியே இருந்தாள். ராஜன் வெளியே வரவேயில்லை.

அலை இருளைக் கொஞ்சம் கொஞ்சமாக கரைத்துக் கொண்டிருந்தது. அவள் சப்தமாக கடற்கரை மணலில் நிற்கலாமா என்று ராஜனிடம் கேட்டாள். அவன் அதெல்லாம் வேண்டாம் என்றபடியே கதவை திறந்து வைத்தால் ஏ.சி. வீணாகிவிடும் என்று சொன்னான். அவள் தன் கன்னிமை இழந்த நாளின் இரவு வானத்தைப் பார்த்து கொண்டிருந்தாள். நிறைய நட்சத்திரங்கள் இருந்தன. அவள் நிறைய கற்பனை செய்திருந்தாள். அவை கால்சுவடுகளை அலை கரைத்து அழிப்பதை போல கண்முன்னே மறைந்து போய்விட்டன. இனி அந்த நிமிடங்கள் திரும்பிவராது.

அவள் நட்சத்திரங்களைப் பார்த்தபடியே அவன் தன்னை முத்தமிட்டானா என்று யோசித்துக்கொண்டிருந்தாள். ஒரேயொரு முறை முத்தமிட்டான். ஆனால் அந்த முத்தம் உணவுப் பொட்டலத்தைச் சுற்றிக் கட்டப்பட்ட நூலை அவிழ்ப்பவனின் அவரசம் போன்றே இருந்தது. அவள் நிறைய முத்தங்களை அவனுக்குத் தந்தாள். அவன் அந்த அளவு திரும்பித் தரவில்லை. அவர்களை மீறி உடல்கள் ஒன்றையொன்று சேர்ந்து தங்கள் இச்சைகளை தீர்த்துக் கொண்டன. அவ்வளவுதானா என்பது போலிருந்தது. அன்று தான் திருமண வாழ்க்கை துவங்கியிருக்கிறது என்று அவள் சுய சமாதானம் கொண்டாள்.

ஆனால் நாட்களின் போக்கில் ராஜன் சாப்பாடு, பணம், அதிகாரம் இந்த மூன்றைத் தவிர வேறு எதிலும் நாட்டமில்லாமல் இருந்தான். வார விடுமுறை நாட்களை பியர் குடிப்பதற்கு மட்டுமேயானதாகக் கருதினான். உடைகளில் அவனுக்கு விருப்பமேயில்லை. ஏதாவது ஒரு உடையை அணிந்து கொண்டு அலுவலகம் வந்துவிடுவான். அவனுக்குத் தன் வருமானத்தைப் போல இன்னொரு வருமானம் தேவையானதாக இருந்தது. அதற்காகவே அவளை திருமணம் செய்து கொண்டதாக வெளிப்படையாகச் சொன்னான்.

அவர்கள் சண்டையிட்டார்கள். விட்டுக்கொடுத்து சமாளித்துவிடலாம் என்று முயன்று பார்த்தாள். அந்த பிளவை சரிசெய்யவே முடியவில்லை. முடிவாக ராஜன் தன் சேமிப்பில் இருந்து எதையும் அவள் எதிர்பார்க்கா விட்டால் அவர்கள் பிரிந்துவிடலாம் என்று சொன்னான். அப்படியே ஆனது. அவள் அலுவலகம் அருகிலே இடம் மாறிப் போனாள். ஊருக்குப் போவதோ, அப்பா தங்கைகளை காண்பதையோ

குறைத்துக்கொண்டாள். பெரும்பான்மை நேரங்களில் உணவகங்களில் இருந்து வாங்கி சாப்பிட்டு பசியைக் கடந்து சென்றாள். பின்னிரவில் உறக்கம் பிடிக்காமல் உடல் கிளர்ச்சியோடு எழுந்து உட்கார்ந்து இருளைப் பார்த்தபடி இருந்தாள். என்ன பிடிப்பில் தான் இப்படி நாட்களைக் கடந்து கொண்டிருக்கிறோம் என்று தோன்றும். அதுபோன்ற நேரங்களில் அவளை விடவும் அந்த நாயின் மீது அவளுக்கு அழுத்தமான துக்கம் வந்து சேரும்.

நாயின் வாழ்க்கை பத்தோ, பனிரெண்டு வருடங்கள்தான் அதற்குள் யாருக்கோ விசுவாசமாக இருந்து, யாரையோ அண்டி வாழ்ந்து. எங்கோ வழியில் கண்ட இன்னொரு நாயுடன் கலவி கொண்டு தன் இச்சைகளைத் தீர்த்துவிட்டு, ஒவ்வொரு நாளும் தன் விசுவாசத்தை வீடெங்கும் வழிய விட்டு என்ன வாழ்க்கையிது. நாய்கள் ஏன் மனிதர்களோடு இவ்வளவு நெருக்கம் கொண்டிருக்கின்றன. தன் மூதாதையர்களைப் போல வேட்டையாடவோ, பனியில் தனித்து அலைந்து திரியவோ, அடிவானத்து சூரியனைப் பார்த்துக் குரைக்கவோ ஏன் இந்த நாய்கள் முயற்சிப்பதேயில்லை.

அதன் மனதில் அந்த நினைவுகள் துடைத்தெறியப்பட்டதை எப்படி இயல்பாக எடுத்துக்கொண்டன. இல்லை ஒருவேளை இன்றும் அதன் கனவில் பனிபொழியும் நிலமும், துரத்தியோடும் வேகமும் இருந்துகொண்டுதானிருக்குமா? தான் அலுவலகம் போன பிறகு நாள் எல்லாம் அந்த நாய் வீட்டின் சுவரை வெறித்தபடியே என்ன நினைத்துக்கொண்டிருக்கும். தன்னை ஏன் இப்படி நாய்கள் வருத்திக்கொள்கின்றன. அவள் அந்த நாய்க்காக வேதனை கொள்வாள். அப்போதும் கூட தன்னால் ஒருபோதும் அதன் நிஜமான உணர்ச்சிகளைப் புரிந்து கொள்ள முடியாது என்று தோன்றும்.

நாய்களின் மௌனம் இத்தனை வலிமையானது என்பது அவள் அப்போதுதான் அறிந்து கொள்ளத் துவங்கினாள். தொண்டையை விட்டு கீழே இறங்காமல் எதை விழுங்கிக் கொண்டாய் என்று பார்த்தபடி இருப்பாள். நோவாவின் காதுகள் அசைந்து கொண்டேயிருக்கும். பற்களைத் தவிர நாய்களின் உடல் ரப்பரை போன்று மிருதுவானவை. அவை குழந்தைகளின் வெதுவெதுப்பை கொண்டிருக்கின்றன. அதன் நாக்குதான் ஓய்வற்று துடித்துக்கொண்டிருக்கிறது. அந்த நாக்கு மொழியற்றது. எதையோ சொல்ல முயன்று வாழ்நாள் எல்லாம் தோற்றுப் போய்க்கொண்டிருக்கிறது போலும்.

மருத்துவமனை மிக சுத்தமானதாக இருந்தது. மருத்துவர் அவளை விடவும் வயதில் இளையவராக இருந்தார். அவர் நோவாவைப் பரிசோதனை செய்துவிட்டு அது ஆரோக்கியமாக இருப்பதாகச் சொல்லியபடி, அவளது பிரச்சனை என்னவென்று விசாரித்தார். நோவா குரைப்பதேயில்லை என்றாள். அவர் சிரித்தபடியே நல்லது தானே என்றார்.

இல்லை, அது திடீரென குரைப்பதை நிறுத்திக் கொண்டு விட்டது என்று சொன்னாள். அவர் நாயின் அருகில் சென்று அதன் குரல்வளையைத் தன் கைகளால் பிடித்துப் பார்த்தார். அது சப்தமிடவில்லை. சிறியடார்ச் லைட்டால் அதன் வாயைப் பரிசோதனை செய்தார். பிறகு வியப்புடன் குரல்வளையில் எந்த பிரச்சினையுமில்லை. ஏன் அது கத்துவதில்லை என்று அவளிடமே திரும்பக் கேட்டார். அவள் எப்போதிருந்து அது குலைக்கவில்லை என்று தனக்குத் தெரியவில்லை என்றும் கடந்த சில வாரங்களாகவே அப்படித் தானிருக்கிறது என்றாள்.

மருத்துவர் அந்த நாயின் வயதை விசாரித்தார். இரண்டரை இருக்கும் என்றாள். அந்த நாய் இதுவரை ஏதாவது பெட்டை நாயோடு பழகியிருக்கிறதா என்று கேட்டார். இல்லை, அது தன் வீட்டிற்குள்ளாகவே வளர்கிறது என்றாள் சியாமளா. ஒருவேளை பாலுணர்ச்சி காரணமாக நாய் கத்தாமல் இருக்கக்கூடும் என்றபடியே அதை முயற்சி செய்து பார்க்கலாமே என்றார். ஒரு பெட்டை நாயை எப்படிக் கண்டுபிடிப்பது. எப்படி அதை இதோடு பழக விடுவது என்று அவளுக்குக் குழப்பமாக இருந்தது.

அவர் தன் மேஜை டிராயரில் இருந்து ஒரு விசிட்டிங்கார்டை எடுத்து இவர்களைப் பார்த்தால் இந்த நாய்க்குப் பொருத்தமான பெண் நாயை ஏற்பாடு செய்து தருவார்கள் என்று சொன்னார். எப்போது அங்கே தான் போவது என்று மருத்துவரிடம் கேட்டபோது அதற்கும் முன்பதிவு செய்து கொள்வது நல்லது என்றார்.

அங்கிருந்தபடியே அந்த எண்ணில் தொடர்புகொண்டு மறுநாள் மதியம் மூன்று மணிக்கு அழைத்து வரும்படியாக முன்பதிவு செய்து கொண்டாள். அடுத்த நாள் நாயை வீட்டிலிருந்து கூட்டிப் போகும்போது அவளுக்குக் கூச்சமாக இருந்தது. முதன்முறையாக நோவா ஒரு பெண்ணை அடையப் போகிறது. அவளை நோவாவிற்கு பிடித்திருக்குமா, எளிதாக

எஸ்.ராமகிருஷ்ணன் ✱ 77

அதன் பாலுணர்ச்சியைத் தீர்த்துக் கொண்டுவிடுமா, அவள் குழப்பமான யோசனைகளுடன் நாயை அழைத்துக் கொண்டு சென்றாள்.

அது நாய்களுக்கான பிரத்யேக பொருள் விற்பனை யகமாக இருந்தது. அந்த வீட்டில் நடுத்தர வயது மனிதர் ஒருவர் மட்டுமே இருந்தார். நோவாவிற்கு இணையாகப் போகிற பெண் நாய் இன்னும் சற்று நேரத்தில் வந்துவிடக் கூடும் என்றார். அவள் நோவாவோடு காத்துக்கொண்டிருந்தாள்.

நீலநிற சான்ட்ரோ கார் ஒன்றிலிருந்து இன்னொரு ஜெர்மன் ஷெப்பர்ட் நாய் இறங்கியது. அது தனது நோவாவை விடவும் பருத்திருந்தது. அந்த நாயை அழைத்துக் கொண்டு வந்த ஆள் நோவாவைப் பார்த்தபடியே நின்று கொண்டிருந்தான். நோவா அந்த பெண் நாயின் பக்கம் திரும்பவேயில்லை. இரண்டையும் ஒன்றாக விட்டபோதும் கூட அது விலகி விலகி வந்தது. பெண் நாயின் உரிமையாளன் தனக்குத் தெரிந்த வழிகளை முயற்சித்து நோவாவை ஈர்க்க முயற்சித்தான். நோவா வாலை அசைத்தபடியே ஓடி அவள் அருகில் வந்து நின்று கொண்டது. அதற்கு பால்கிளர்ச்சிகளே இல்லை போலும்.

பெண் நாய் அதைக் கண்டு சப்தமிட்டது. ஆனால் நோவா சப்தமிடவேயில்லை. அரைமணி நேரப் போராட்டத்தின் பிறகு பெண் நாயை கூட்டிக் கொண்டு அந்த ஆள் கிளம்பிப் போனான். அவள் நோவாவை திரும்ப ஆட்டோவில் அழைத்துக்கொண்டு வந்தாள். ஆத்திரமாகவும், வருத்தமாகவும் இருந்தது. வீட்டில் அன்று அவளும் சாப்பிடவில்லை. நோவாவிற்கும் எதையும் கொடுக்கவில்லை.

தான் நோவாவை விட்டுப் பிரிந்துவிடுவதைத் தவிர வேறு வழிகள் எதுவுமில்லை என்று அவளுக்குத் தோன்றியது. அதைத் தன்னோடு வைத்துக்கொண்டிருந்தால் தன் இயல்பு மாறிவிடுவதோடு நடந்து போன திருமண முறிவு மனதில் ஆறாத ரணமாகிக்கொண்டிருப்பதை அவள் உணரத் துவங்கினாள். இரண்டு நாட்கள் அதை பற்றியே யோசித்துக் கொண்டிருந்துவிட்டு முடிவில் ஒரு ஏஜென்சியிடம் சொல்லி அதை விற்பதற்கு ஏற்பாடு செய்தாள்.

அவள் அலுவலகத்தில் இருந்த நேரத்தில் ஒரு பேராசியர் போன் செய்து அதை தான் வாங்கிக்கொள்ள விரும்புவதாகச் சொன்னார். அவள் நோவாவை பற்றி எடுத்து சொன்ன

போது அவர் தனக்கு எழுபது வயதாகிறது என்றும் அதுவும் தன்னை போல வாயை மூடிக்கொண்டிருப்பதில் தனக்கு ஒரு பிரச்சனையுமில்லை என்றார். அவள் ஞாயிற்றுக் கிழமை காலையில் வீட்டிற்கு வரும்படியாகச் சொன்னாள்.

அந்த ஞாயிற்றுக்கிழமை அவள் நோவாவைக் குளிக்க வைக்கும்போது அதை விற்றுவிட்டதைப் பற்றி அதனிடமே சொன்னாள். அது காதை ஆட்டிக்கொண்டேயிருந்தது. பதினோரு மணி அளவில் பேராசிரியர் வருகை தந்தார். அவருக்கு நோவாவைப் பிடித்திருந்தது. அதைத் தான் வாங்கிக்கொள்வதாக சொல்லி அதற்கான காசோலையை அவளிடம் நீட்டினார். அவள் அன்று ஒரு நாள் மட்டும் தன்னோடு அந்த நாய் இருக்கட்டும் என்றபடியே தானே காலையில் அவர் வீட்டில் கொண்டுவந்துவிடுவதாக சொன்னாள்.

அவர் கிளம்பிப் போன பிறகு சியாமளா வெளியில் போய் சாப்பிடலாம் என்று அதை அழைத்துக்கொண்டு போனாள். பகலெங்கும் நகரில் அலைந்து திரிந்தாள். இரவு வீடு திரும்பும்போது நோவா எப்போதும் போல இருளில் படுத்துக்கொண்டது. அவள் அதைப் பார்க்க மறுத்துப் புரண்டுப்படுத்திருந்தாள். நாயின் கண்கள் இருளிற்கும் ஒளிர்ந்து கொண்டிருந்தன. பிறகு தன்னை அறியாமல் விசும்பியபடியே எழுந்து அதைக் கட்டிக் கொண்டாள். நாயின் வெதுவெதுப்பு அவள் உடலெங்கும் நிரம்பியது. என்னை நானே ஏமாத்திக்கிட்டு இருக்கேன். அது உனக்குத் தெரியாதுடா. நான் நல்லவயில்லை. செல்பிஷ் என்று அவள் ஆவேசத்துடன் புலம்பியபடி கட்டிக் கொண்டாள். நாயின் நாக்கு ஈரத்துடன் அவள் கைகளைத் தடவியது. அதன் பரிவைத் தாங்கமுடியாமல் அவள் உடைந்து அழுது கொண்டிருந்தாள். நோவா மௌனமாகக் காதுகளை அசைத்தபடியேயிருந்தது. இருவராலும் அவ்வளவு தான் செய்யமுடியும் என்பது போலவே அவர்களை வெறித்துப் பார்த்துக்கொண்டிருந்தது அறையின் இருள்.

வயதின் கனவுகள்

பத்து வயதிருக்கும் போது கையில் வைத்து பார்ப்பது போன்ற வட்டக்கண்ணாடி ஒன்றை அப்பா வாங்கி வந்திருந்தார். அந்த கண்ணாடி வரும் வரை வீட்டில் இருந்த ஆள் உயர கண்ணாடியில்தான் முகம் பார்த்துக்கொள்வோம். அது சுவரில் அடிக்கப்பட்டு இருந்தது. அதன் எதிரில் நின்று எக்கினால்தான் முகம் தெரியும். இதற்காகவே சிறிய உட்காரும் பலகையைத் தேடி எடுத்து வந்து போட்டு ஏறி நின்று முகம் பார்ப்பேன்.

கிராமங்களில் பெரும்பான்மை வீடுகளில் முகம் காட்டும் கண்ணாடிகள் கிடையாது. ஒருவேளை இருந்தாலும் ரசம் போயிருக்கும். வட்டக்கண்ணாடி வாங்கி வந்த நாளில் இருந்து அதைக் கையில் வைத்தபடியே வீட்டில் இருந்த டம்ளர் தட்டு துவங்கி ஒவ்வொரு பொருளாக அதில் எப்படித் தெரிகிறது என்று பார்த்துக்கொண்டிருப்பேன்.

வீட்டின் முன்பாக ஒரு பெரிய வேப்பமரமிருந்தது. அந்த வேம்பின் அருகில் போய் நின்றபடியே அதற்குக் கண்ணாடி காட்டினேன். அநேகமாக அன்றுதான் வேம்பு முதன் முறையாக தன்னைப் பார்த்துக்கொண்டிருக்க வேண்டும். நான் ரகசியமாக கண்ணாடியில் தெரியும் வேம்பை எட்டிப் பார்த்தேன். காய்கள் நிரம்பிய கிளைகளுடன் ஆடும் இலைகளை அசைத்தபடியே வேம்பு ஒய்யாரமாகயிருந்தது. அதன்பிறகு கோழிகள், ஆட்டுக்குட்டிகள், வேலியில் அலைந்து

கொண்டிருக்கும் ஓணான் என்று என் கண்ணில் பட்ட பொருட்கள் அத்தனையின் முன்னாலும் கண்ணாடியைக் காட்டிக்கொண்டேயிருந்தேன்.

ஓணானைக் கண்ணாடி பார்க்க வைப்பது எளிதானதில்லை. அது தாவியோடிவிடும். இதற்காகவே வேலிப் புதரினுள் கண்ணாடியைப் போட்டுவிட்டு ஒதுங்கி நின்று கொண்டேன். ஓணான் கிளையை விட்டு கீழே இறங்கிவந்து கண்ணாடியின் மீதே நின்றது. ஏய் ஓணான்.. கண்ணாடி பார்த்துக்கோ.. ஓணான் கண்ணாடியைப் பாரு. என்று ரகசியமாக முணங்கினேன். ஆனால் அது திரும்பவேயில்லை. பிறகு தலையைச் சிலுப்பியபடியே தன்னை ரகசியமாகப் பார்த்துக்கொண்டது.

இப்படி எறும்பு, பூனை, அணில், கோழிக்குஞ்சு, வான் கோழி, என என்னைச் சுற்றிய உலகம் யாவும் கண்ணாடியின் வழியாக தன்னைப் பார்த்துக்கொண்டது. சிறுவயது முழுவதும் இரவில் மொட்டைமாடியில்தான் படுத்துறங்கு வேன். அப்போதும் என் அருகில் அந்த கண்ணாடியிருக்கும். இருட்டில் அதில் நட்சத்திரங்கள் தெரிவது மங்கலாக இருக்கும். கண் அருகே வைத்து ஆகாசத்தைப் பார்த்தபடியே இருப்பேன்.

வானைப் பார்த்தபடியே வைத்த என் கண்ணாடியில் நிலா ஊர்ந்து போயிருக்கிறது. ஒரு நாள் கண்ணாடியை வயலின் நடுவேயிருந்த கிணற்றுக்கு கொண்டு சென்றேன். கண்ணாடியின் வழியாக கிணறு எப்படி தெரிகிறது என்று பார்ப்பதற்காக முயற்சித்தேன். அதன் முன்பாக நான் பார்த்தறியாத பொருள் போல இருந்தது. கையில் வைத்து முன்பின்னாக ஆட்டிப் பார்த்துக்கொண்டிருந்தபோது கண்ணாடி நழுவிக் கிணற்றினுள் விழுந்தது.

மறு நிமிடம் நான் யோசிக்கவேயில்லை. கிணற்றின் உயரத்திலிருந்து தாவி, குதித்து கண்ணாடியை மீட்க முயற்சித்தேன். கிணற்றின் அடியில் பாசியும் புதைசேறுக்கும் நடுவில் கண்ணாடி விழுந்து கிடந்தது. கைகளால் தடவி கண்ணாடி உடைந்துவிட்டதா என்று பார்த்தேன். கண்ணாடி உடையவில்லை. ஆனால் சேறு படிந்து போயிருந்தது. தண்ணீருக்குள்ளாகவே உலுக்கினேன். கண்ணாடியில் எதுவும் தெரியவில்லை. கிணற்றின் படிக்கட்டிற்கு நீந்திவந்து உட்கார்ந்து கொண்டு கண்ணாடியைச் சுத்தமாகக் கழுவினேன்.

எஸ்.ராமகிருஷ்ணன்

கண்ணாடியில் தண்ணீர்வழிவது கிளர்ச்சிதருவதாகயிருந்தது. திடீரென ஏனோ கண்ணாடியைத் தண்ணீருக்குள் விட வேண்டும் என்று தோன்றியது. மூழ்கியிருந்த படிக்கட்டில் விட்டேன். இப்போது தண்ணீர் தன்னைக் கண்ணாடியில் பார்த்துக்கொண்டிருக்கிறது என்பதை உணர முடிந்தது. கைகளால் அலை போல அடித்ததும் கண்ணாடியில் சலனம் ஏற்பட்டது. இதனால் தாங்க முடியாத கிளர்ச்சியும் சிரிப்பும் வந்தது. கண்ணாடியை மூழ்கிய படியில் வைத்துவிட்டுப் பார்த்துக்கொண்டிருந்தேன். ஒரு தவளைக் குஞ்சு ஆர்வத்துடன் அதை பார்த்துக்கொண்டிருந்தது. அது வேடிக்கையாக இருந்தது. 'ச்சீ' போ என விரட்டியபடியே கண்ணாடியைக் கையில் எடுத்துக்கொண்டு கத்தினேன். கிணற்றின் சுவரில் பட்டு என் குரல் துள்ளி மறைந்தது. பிறகு வயல் வரப்பின் வழியே தனியே நடந்து வந்தபோது பின் தொடரும் பருந்தென சூரியன் வந்து கொண்டிருந்தது. சூரியனை என் கண்ணாடியில் ஒளிர செய்து வெளிச்சத்தை நீண்டு சிதற விட்டேன். தலைக்கு மேலாக கண்ணாடியை பிடித்தபடியே தெருவில் ஓடினேன்.

அன்றிரவில் கண்ணாடியை தலையணையின் அடியில் வைத்தபடியே உறங்கிவிட்டேன். விடிந்து பார்த்தபோது அதில் என் முகம் தெரியவில்லை. மாறாக நின்றுபோன கடிகாரத்தை போல் அது முந்தைய நாளில் கண்ட தவளைக் குஞ்சை மட்டுமே காட்டிக்கொண்டிருந்தது. எவ்வளவு துடைத்தாலும் அது தவளைக் குஞ்சை மட்டுமே காட்டியது. ஆத்திரத்தில் அதை தூக்கி எறிந்து உடைத்துவிட்டேன்.

2

தவளைக்குஞ்சை நான் கண்டது நிஜமா? கனவா என்ற குழப்பம் மட்டும் இன்றைக்கும் தெளிவற்றேயிருக்கிறது.

களிமண்ணால் பொம்மைகள் செய்வது அந்த நாட்களில் பெரிய கலை. களிமண்ணில் பொம்மை செய்வதை அறிந்தவர்கள் என் வகுப்பில் இரண்டே பேர் இருந்தார்கள். ஒன்று சங்கரேஸ்வரி. மற்றது கணேசன். ஆனால் இருவருமே வீம்பு பிடித்தவர்கள். யார் கேட்டாலும் செய்து தரமாட்டார்கள். இதற்காகவே கணேசனை நண்பனாக்கிக் கொண்டேன். இதற்கு விலை நாலு வில்ஸ் சிகரெட் அட்டைகள்.

அன்றைய செலாவணியில் பணத்தை விட மிக முக்கியமானதாக இருந்தவை சிகரெட் அட்டைகள். வில்ஸ் சிகரெட் அட்டைகள் உசத்தியானவை. பாசிங்ஷோ, சிசர்ஸ், யானை போன்றவை உப்புக்கு சப்பாணிகள். சிகரெட் அட்டைகள் பொறுக்குவதற்காகவே சைக்கிள் எடுத்துக்கொண்டு அருகாமையில் உள்ள சாலையோர பெட்டிக் கடைகளுக்குச் செல்வோம். சில நேரம் மதுரைக்குப் போகும்போது தெருவெங்கும் சிகரெட் அட்டை பொறுக்குவதுதான் என் வேலை. இப்படி சிகரெட் அட்டை கொடுத்து கணேசனை நண்பனாக்கிக் கொண்டதால் அவன் களிமண்ணில் எப்படி பொம்மைகள் செய்வது என்பதைக் கற்றுத் தருவதாகச் சொன்னான்.

இதற்காக நிறைய களிமண் தேவை என்பதால் நடந்தே அருகாமையில் உள்ள கண்மாய்க்குச் சென்று களிமண் சேகரித்து வந்தோம். கணேசன் கை நிறைய மண்ணை எடுத்து ஒரு குதிரை சிலை போன்று ஒன்று செய்து காட்டினான். அதுபோன்று நானும் செய்ய முயற்சித்தால் அது குதிரையின் ஜாடையில் வராமல் போனதோடு பன்றிக்கும் கழுதைக்கும் பிறந்த பிள்ளை போன்ற தோற்றத்தில் இருந்தது. ஆத்திரத்தில் நானே அதைச் சிதைத்தும் விட்டேன்.

ஆனால் களிமண்ணின் மிருதுவும் விரல்களை அது பற்றிக்கொள்ளும் ஈரமும் பிடித்துப் போகவே களிமண்ணில் வேலை செய்வது விருப்பமானதாகிப் போனது. எப்போதும் எங்கிருந்தாவது களிமண்ணைக் கொண்டுவருவது. அதை வைத்து கற்பனையாக எதையாவது செய்து பார்ப்பது என்றிருப்பேன். இதன் உடனடிப் பயன் சட்டையில் டவுசரில் களிமண் ஒட்டிக் காய்ந்து போவது. மற்றொன்று எப்போதும் கையில் களிமண் கறையிருப்பது. இதை அறிந்த அம்மா களிமண்ணை நான் தொடவே கூடாது என்று திட்டினார். இதனால் ரகசியமாகப் பள்ளிக்கூடத்தின் பின்னால் வைத்து களிமண்ணால் எதையாவது செய்வேன்.

செய்த உருவத்தை வீட்டிற்குக் கொண்டுவர முடியாது என்பதால் அருகில் உள்ள கோவில் கிணற்றில் போட்டுக் கரைய செய்துவிடுவேன். அப்படியொரு நாள் களிமண்ணில் சிறிய மீன் செய்தேன். எனக்கே ஆச்சரியமாக இருந்தது. அது நிஜமான மீன் போன்ற வடிவத்தில் இருந்தது. அதற்குச் சிறிய கண்கள் செதில் எல்லாமும் குச்சியை கொண்டு கீறி

உருவாக்கினேன். பிறகு கையில் எடுத்துக்கொண்டு போய் கிணற்றில் போட்டேன். சலனமேயில்லை. எனக்கு அழுகையாக வந்தது. மறு நிமிடம் களிமண் மீன் நீந்திக் கொண்டு போனது. சந்தோஷத்துடன் ஊரெல்லாம் சொல்லித் திரிந்தேன். பத்து வயதில் எல்லாமும் நிஜம் என்பதை யார் மறுக்கக்கூடும்.

3

ஒரு மதியம் நடுத்தெரு எனப்படும் நெசவாளர்கள் வீதி வழியாக நடந்து வரும்போது எட்டணா ஒன்றைக் கண்டு எடுத்தேன். ஆச்சரியமாக இருந்தது. யார் அதைக் கீழே போட்டிருப்பார்கள். வெற்றிலை எச்சில் பட்டது போன்று சிவப்பான கறையோடு இருந்தது. யாரும் பார்க்கிறார்களா என்று அவசரமாகப் பார்த்துவிட்டு அதை குனிந்து எடுத்துடவுசரில் துடைத்துக்கொண்டு வேகமாக ஐஸ் விற்கின்றவனிடம் ஓடினேன். அவன் மரத்தடியில் நின்றுகொண்டிருந்தான். ஐம்பது பைசாவிற்கு இரண்டு பால் ஐஸ்கள் கிடைக்கும். இரண்டு ஐஸ்களை வாங்கி ஒரே நேரத்தில் தின்றுகொண்டிருந்தேன். என்னோடு படித்த செல்வராஜ் சேமியா ஐஸ் வாங்கி தின்றபடியே தனக்கொரு பால் ஐஸ் தரும்படியாகக் கேட்டான். நான் வேண்டும் என்றே அவனைப் பார்க்க வைத்துக்கொண்டு இரண்டையும் தின்றேன்.

உடனே ஆத்திரத்தில் காசை வீட்டில் இருந்து திருடிட்டு வந்துட்டயா என்று கேட்டான். அநேகமாக அன்று பெரும்பான்மை சிறுவர்கள் காசை திருடுவதில் எத்தர்களாகத்தான் இருந்தார்கள். நான் இல்லை கீழே கிடந்தது என்றேன். எங்கே என்று கேட்டான். நெசவாளர்கள் வீதியில் என்றதும் அய்யய்யோ அது கழிப்புக் கழிச்ச காசு. அதையா எடுத்தே என்று கேட்டான். அப்படி என்றால் என்னவென்று கேட்டேன்.

திருஷ்டிக்காக கழிப்பு கழித்துச் சுற்றிப் போடுவார்கள். அதை தொடவே கூடாது. மீறி எடுத்து செலவழித்துவிட்டால் ரத்தம் கக்கி உடனே செத்துவிடுவார்கள் என்று சொன்னான். அவன் சொல்லிக்கொண்டிருந்தபோதே லேசாக மயக்கம் வருவது போலிருந்தது. வேண்டும் என்றே அவன் இப்பவே உன் வீட்ல போய் சொல்லிடுறேன் என்று வேகமாக ஓடினான். எனக்கு ஒரு பக்கம் பயம். மறுபக்கம் வீட்டில் வாங்கப் போகின்ற அடி. இரண்டுமாக மனது தவிக்க துவங்கியது. சில நிமிடங்களில் அவனே வந்து உன்னை இழுத்துக்கொண்டு

வரும்படியாக உன் வீட்டில் சொன்னார்கள். உடனே வா என்று என் கையைப் பிடித்து இழுத்தான். ஒரு பக்கம் வீட்டுக்குப் போக வேண்டும் என்று தோன்றுகிறது. மறுபக்கம் வீட்டிற்குப் போக கூடாது என்று தோன்றுகிறது. பயத்தில் வீட்டிற்குப் போய்ச் சேர்ந்தேன். ஆளுக்கு ஆள் திட்டு, வசவு, அதன்பிறகு இதற்கு பரிகாரமாக என்ன சடங்குகள் செய்வது என்பதைப் பற்றிய ஆலோசனைகள் வந்தன. அதன்படியே அன்றிரவு என்னை உட்கார வைத்து மிளகாய் சுற்றிப் போட்டு கோவிலில் சூடம் கொளுத்தி தலையைச் சுற்றி ஐம்பது பைசாவை விட்டெறிந்தார்கள்.

அன்று இரவு முழுவதும் எனக்கு ஒரு யோசனை வந்து கொண்டேயிருந்தது. என்னிடம் ஐம்பது பைசாவை வாங்கிய ஐஸ்காரன் என்ன ஆவான். அவனிடம் இந்த விஷயத்தைச் சொல்வதா வேண்டாமா. ஒருவேளை அவனும் ரத்தம் கக்கி சாவானா என்று தோன்றிக்கொண்டேயிருந்தது. மறுநாள் செல்வராஜ் ஐஸ்காரனிடமும் உண்மையைச் சொல்லிவிட்டான். அவன் பயத்தில் என் வீடு தேடி வந்து முறையிட மறுநாளும் இந்த பிரச்சினை கிளம்பியது. அதன் பிறகு ஐஸ்காரன் எங்கள் ஊர் பக்கம் வரவேயில்லை. நாங்கள் திருஷ்டிக்கு வீசி எறிந்த காசை நிச்சயம் இன்னொரு சிறுவன் கண்டு எடுத்து செலவழித்திருப்பான் என்று மட்டும் இன்றும் எனக்குத் தோன்றிக்கொண்டேயிருக்கிறது. அந்தச் சிறுவன் யாராக இருப்பான் என்றுதான் தெரியவில்லை.

குதிரைகள் பேச மறுக்கின்றன

ஞாயிற்றுக்கிழமை காலையில் அப்பா வாக்கிங்போய் விட்டு வீடு திரும்பும்போது கையில் ஒரு குதிரையைப் பிடித்தபடியே நடந்து வந்திருந்தார். என் வீட்டின் வாசல் கதவைத் திறந்து அவர் நிதானமாக குதிரையைத் தென்னை மரத்தில் கட்டிப்போட்டுவிட்டு எதுவும் நடக்காதவரைப் போல சுவரோரம் உள்ள தண்ணீர்க்குழாயில் காலைக் கழுவிவிட்டு வரவேற்பறையில் உட்கார்ந்து கொண்டு நாளிதழைப் புரட்டிப் படிக்கத் துவங்கினார்.

சவரம் செய்தபடியே அதைப் பார்த்துக்கொண்டிருந்த எனக்குக் குழப்பமாக இருந்தது. நான் ஜன்னல் வழியாக எட்டிப் பார்த்தேன். குதிரையேதான். எப்படி அது. நாயை கூட்டிக்கொண்டுதானே வாக்கிங்சென்றார். யாருடைய குதிரை. அதை எதற்காக நமது வீட்டிற்குக் கொண்டுவந்திருக்கிறார். விலைக்கு வாங்கிவிட்டாரா இல்லை யாராவது சில நாட்கள் வைத்திருக்கும்படி கேட்டுக்கொண்டார்களா என்று ஆயிரம் கேள்விகள் ஒரே சமயத்தில் மண்டையில் மோதின.

சவரம் செய்வதைப் பாதியில் நிறுத்திவிட்டு மீனாவைச் சப்தமாகக் கூப்பிட்டேன். அவள் சமையல் அறையில் எதையோ பொரித்தபடியே, இருங்க வர்றேன் என்று பதில் தந்தாள். என் அறையை விட்டு வெளியே வந்து குதிரையை நன்றாகப் பார்த்தேன். அது தலைகவிழ்ந்தபடியே நின்றிருந்தது. கறுப்பு நிறம். அராபியக் குதிரை போலிருந்தது. நாக்பூரில் இப்படியான குதிரைகளை பார்த்திருக்கிறேன். அந்த ஊரே

அரசர் காலத்திலிருந்து மீள முடியாமல் இருப்பது போல தானிருக்கும். பெங்களூரில் உள்ள சில பூங்காக்களில் கூட வயதான குதிரைகள் அலைந்து கொண்டிருப்பது கண்ணில் பட்டிருக்கிறது. ஆனால் என் வீட்டின் வாசலில் நின்றது வயதான குதிரையில்லை. அது வாளிப்புடன் திண்ணென்று இருந்தது. அதன் மயிர் அடர்ந்த வால் அசைந்தபடியே இருக்கத் தலையை வலப்பக்கமாகச் சாய்த்தபடியே நின்றிருந்தது.

அப்பா நான் பார்ப்பதைக் கண்டுகொள்ளாதவர் போல பேப்பர் படித்துக்கொண்டிருந்தார். நான் அந்த அலட்சியத்தைத் தாங்கிக்கொள்ள முடியாமல் என்ன இது என்று கேட்டேன். அவர் திரும்பிப் பார்த்துவிட்டு குதிரை என்று சொல்லி பேச்சை முடித்துக்கொண்டார். எதற்காக இங்கே கொண்டுவந்திருக்கிறீர்கள் என்று கேட்டேன். அவர் பதில் சொல்லவேயில்லை. யாருடைய குதிரை என்று சற்று குரலை உயர்த்திக் கேட்டேன். நம் குதிரைதான் என்று சொல்லிவிட்டு குளிப்பதற்காக தன் அறைக்குள் சென்றுவிட்டார்.

நமக்குக் குதிரை எதற்கு? ஒரு குதிரை என்ன விலையிருக்கும். யாராவது குதிரை வாங்குவார்களா என்ன? இதை வைத்து ஏதாவது புதுத்திட்டம் வைத்திருக்கிறாரா? வீட்டில் குதிரை வளர்ப்பதை வீட்டு ஓனர் அனுமதிப்பாரா? அதை என்ன செய்வது? அதற்கு என்ன உணவு அளிப்பது? நாளை அப்பா ஊருக்குப் போய்விட்டால் அதை என்ன செய்வது என்று குழப்பம் ஊற்று எடுக்கத் துவங்கியது. இதற்குள் மீனா வெளியே வந்து குதிரையின் அருகில் சென்று அதை வெறித்துப் பார்த்துக்கொண்டிருந்தாள்.

பிறகு என்னிடம் உங்களுக்குக் குதிரை ஓட்டத் தெரியுமா என்று கேட்டாள். நான் முறைத்தபடியே எதற்கு என்றேன். உங்களுக்காகத்தானே உங்கப்பா குதிரை வாங்கிட்டு வந்திருக்கார் என்று கேலி செய்தாள். அவளிடம் இந்தக் குதிரையை என்ன செய்வது என்று நீயே கேள் என்று கத்தினேன். அவள் மறுபடியும் கேலியாக இதிலேயே உங்கப்பா சொந்த ஊருக்குக் கிளம்பிப் போனாலும் போவாரா இருக்கும் என்றாள்.

அப்பாவை அவள் அடிக்கடி கேலி செய்கிறாள். குத்திக் காட்டுகிறாள் என்று எனக்குக் கோபமாக வருகிறது ஆனால் அதைப் பற்றிப் பேசினால் உடனே சண்டை துவங்கிவிடும்

என்பதால் நான் பல்லைக் கடித்தபடியே குதிரையைப் பார்த்துக்கொண்டிருந்தேன். அப்பா குளித்துவிட்டு ஈரத் தலையை துவட்டியபடியே வெளியே வந்து நின்றார். நரைத்து போன தலைமயிர்கள். களைத்துப் போன கண்கள். அப்பா குதிரையை மிகப் பரிவோடு பார்த்துக்கொண்டிருந்தார்.

நான் அவர் முன்னால் போய் நின்றபடியே நமக்கு எதுக்குப்பா குதிரை என்று கேட்டேன். அவர் நீ எதுக்காக நாய் வளர்த்தியோ அதுபோலதான் இதுவும் என்றார். நாய் வீட்டைப் பாதுகாக்கும். குதிரை பாதுகாக்குமா என்று கோபமாகக் கத்தினேன். பாதுகாக்காது என்று உனக்கு எப்படித் தெரியும், நீ எத்தனை குதிரைகள் வளர்த்திருக்கிறாய் என்று அமைதியாகக் கேட்டார். யாராவது வீட்ல குதிரை வளர்க்கிறார்களா என்று சப்தமிட்டேன். நூறு வருடத்திற்கு முன்பு வரை குதிரை வசதியான எல்லோர் வீட்டிலும் இருந்ததுதானே என்றார்.

என்ன பைத்தியக்காரத்தனமான பேச்சிது. வாகனங்கள் இல்லாத காலத்தில் குதிரைகள் வைத்திருந்தார்கள். அதில் ஏறிப் பயணம் சென்றார்கள். இப்போதுதான் விதவிதமான கார்களும் பைக்கும் வந்துவிட்டதே, பிறகு எதற்கு என்று ஆத்திரமாக வந்தது. இந்தக் குதிரை உங்களுக்கு எப்படிக் கிடைச்சது? இது யாருடையது என்று உண்மையைச் சொல்லுங்கள். இல்லாவிட்டால் நான் தேவையில்லாத பிரச்சினைகளைச் சந்திக்க வேண்டியது வரும் என்று கத்தினேன். அவர் மிக நிதானமாக இது நம்ம டிங்கிதான். அதுதான் குதிரையாக மாறிவிட்டது என்றார்.

சின்னப்பிள்ளையைப் போல பொய் சொல்கிறாரே என்று எரிச்சலும் கோபமும் பீறிட்டது. நாய் எப்பிடிப்பா குதிரையா மாறும் என்று முறைத்தேன். அவர் குதிரையின் அசைந்து கொண்டிருக்கும் இடது காதைக் காட்டி அதில் எல் என்ற எழுத்தைப் போல் உள்ள முத்திரையை சுட்டிக் காட்டி இது டிங்கி காதுலயும் இருந்தது இல்லையா என்றார். அது உண்மையே. என்னுடைய நாயின் காதில் எல் என்ற எழுத்து போல் அடையாளம் இருந்தது அது எப்படிக் குதிரை காதிற்கு வந்திருக்கிறது.

நான் அருகில் சென்று காதை உன்னிப்பாகப் பார்த்தேன். அப்படி அச்சு அசலாக அது நாயின் காதில் இருந்தது போலவே காணப்பட்டது. அத்துடன் குதிரை என்னைப்

பார்த்தவுடன் நட்போடு வாலையும் அசைத்தது. என்ன கர்மமிது. ஒரு நாய் எப்படிக் குதிரையாக மாற முடியும்? அது ஒருபோதும் சாத்தியமில்லை. யாராவது அப்பாவை ஏமாற்றியிருக்கிறார்களா அல்லது அப்பாவிற்கு ஏதாவது மனப்பிரச்சனையா என்று குழப்பமாக இருந்தது.

அப்பா வழக்கம் போல காய்கறிகள் வாங்கி வருவதற்காக கூடையுடன் கிளம்பத் தயாராக இருந்தார். நான் அவரை வழி மறித்து முதல்ல நாயை என்ன செஞ்சீங்கன்னு சொல்லுங்க என்றேன். அவர் எப்பவும் போல வாக்கிங்கூட்டிக் கொண்டு போனேன் என்றார். எங்கே போனீங்க, என்ன செஞ்சீங்கனு என்கூட கார்ல வந்து காட்டுங்க என்று கத்தியபடியே காரை வெளியே எடுத்து அப்பாவை ஏற்றிக் கொண்டேன்.

அப்பாவின் முகம் இறுக்கம் அடைந்து போனது. அவர் மெதுவான குரலில் வழி சொல்லிக் கொண்டே வந்தார். முக்கால்வாசி பெங்களூரைச் சுற்றிவந்து மைசூர் சாலையில் கார் செல்லத் துவங்கியது. இவ்வளவு தூரம் அப்பா தினமும் நடந்து வருகிறாரா, அது எப்படி சாத்தியம் என்ற சந்தேகத்துடன் அவர் சொன்ன வழியில் சென்றுகொண்டேயிருந்தேன். சாலை ஒரு இடத்தில் பிரிந்தது. அப்பா அந்தக் கிளைவழியாகச் செல்லும்படிச் சொன்னார். கார் மெதுவாகச் சென்றது. மரங்கள் அடர்ந்த சாலை வரத்துவங்கியது. அதன் உள்ளே சென்றதும் காரை நிறுத்திவிட்டு இறங்கி நடந்து வரச் சொன்னார்.

பத்து நிமிடம் நடந்திருப்பேன். நாணல் போன்ற புதர் வளர்ந்த பகுதியாக இருந்தது. அதைத் தாண்டி உள்ளே சென்றால் சிறிய ஏரி. அதைச் சுற்றிலும் அடர்ந்த மரங்கள். ஜில்லென அந்த இடம் குளிர்ச்சியேறியிருந்தது. ஒரேயொரு வாத்து நீரில் நீந்தியபடியே சென்றுகொண்டிருந்தது. ஏரித் தண்ணீரில் சலனமேயில்லை. நீரில் ஆகாசம் மின்னிக்கொண்டிருந்தது. இவ்வளவு அமைதியும் அழகுமான இடத்தை அப்பா எப்படிக் கண்டுபிடித்தார். ஆறு வருடமாக பெங்களூரில் எத்தனையோ கிளப்புகள், கொண்டாட்டங்களுக்குச் சென்றிருக்கிறேன். இதுபோல ஒன்றைக் கண்டதேயில்லை. அப்பா எப்போதும் தான் அமரும் கல் என்று ஒன்றைக் காட்டினார்.

அதில் பாதி தண்ணீருக்குள் மூழ்கியிருந்தது. அப்பா அதில் உட்கார்ந்து கொண்டு தன் காலைத் தண்ணீரில் விட்டுக்கொண்டார். சட்டென அவருக்கு வயது கலைந்து

எஸ்.ராமகிருஷ்ணன்

பத்து வயது சிறுவனைப் போலத் தோன்றினார். அவரிடம் என்ன பேசுவது என்றே தெரியவில்லை. நான் அமைதியாக அந்த இடத்தைப் பார்த்தபடியே இருந்தேன். கேமிராவைக் கொண்டுவராமல் போய்விட்டோமே என்று மனதில் தோன்றியபடியே இருந்தது.

வந்த வழியைக் கவனமாகப் பார்த்து வைத்துக்கொண்டு விட்டால் நாளை மீனாவை அழைத்துக்கொண்டு வரலாம் என்றும் தோன்றியது. அப்பா என்னிடம் பேசவேயில்லை. அவர் மௌனமாக ஏரியைப் பார்த்தபடியே இருந்தார். அப்படி என்ன இருக்கிறது ஏரியில் என்று தெரியவில்லை. நான் அங்கிருந்த மரங்களின் ஊடே நடந்து சென்றேன். சப்தமேயில்லை அது ஏதோவொரு தனித்தீவு போல இருந்தது. அப்பாவைப் போல பலரும் அங்கே வரக்கூடும் போலும். ஒரு இடத்தில் தூண்டில் ஒன்று சொருகி வைக்கப்பட்டிருப்பதைக் கண்டேன்.

அரைமணி நேரமாகியிருக்கக்கூடும். அப்பா தண்ணீரைப் பார்த்தபடியே இருந்தார். அருகில் போய் நின்று இங்கே நாய் எப்படி குதிரையாக மாறியது என்று கேட்டேன். நாயைத் தனியே அலைய விட்டுவிடுவேன். வீடு திரும்பும் போது அது தானாக என்னைத் தேடிவந்துவிடும். இன்றும் அப்படித்தான் நடந்தது. ஆனால் அது திரும்பி வரும்போது குதிரையாக மாறி இருந்தது என்றார்.

அதுதான் எப்பிடி நடந்தது என்று கேட்டேன். எனக்கு அதைப் பற்றி யோசிக்க விருப்பமில்லை. அது நமது டிங்கி என்று பார்த்தவுடனே தோன்றியது. வீட்டிற்கு அழைத்து வந்துவிட்டேன் என்றார். ஏன் இப்படி முட்டாள்தனமாகப் பேசுகிறார் என்று ஆத்திரமாக வந்தது.

அது ஒருவேளை வேறு யாருடைய குதிரையாகவோ இருந்திருந்தால். அவர் நாளை நம்மைத் தேடி வந்து கேட்கமாட்டாரா என்று கேட்டேன். அப்பாவிடம் பதில் இல்லை. நாய் அப்பாவிடமிருந்து தப்பி எங்கோ ஓடிப்போயிருக்கக் கூடும். அதைச் சமாளிக்க அப்பா ஒரு குதிரையை அழைத்து வந்து நாடகம் ஆடுகிறாரோ என்றுகூட தோன்றியது. ஆனால் அப்பா சொன்னதையே திரும்பத் திரும்பச் சொல்லிக்கொண்டிருந்தார்.

எனக்கு அவரது பேச்சு அலுத்துப் போகத் துவங்கியது. நாங்கள் வீடு திரும்பியபோது அண்டை அடுக்குமாடி

வீட்டில் இருந்தவர்கள் தங்கள் ஜன்னல்களைத் திறந்து எங்கள் குதிரையை வேடிக்கை பார்த்துக்கொண்டிருந்தார்கள். ஒரு சிறுமி மட்டும் குதிரை அழகாக இருக்கிறது அங்கிள் என்று பாராட்டினாள். நான் தலையசைத்துவிட்டு உள்ளே சென்றேன். இதை என்ன செய்வது, எப்படி சமாளிப்பது என்று தலை வலிக்கத் துவங்கியது. மீனாவிற்கு டிங்கிக்கு என்ன ஆனது என்ற கவலை பிடித்துக்கொண்டது. அந்த நாயை வாங்கியவள் அவள். டிங்கி ஒரு ஜெர்மன் ஷெப்பர்ட் நாய்.

பகலில் தனியாக இருக்கும் வீட்டினைப் பாதுகாக்க நாய் தேவைப்பட்டது. நானும் மீனாவும் பன்னாட்டு நிறுவனத்தில் வேலை செய்கிறோம். வேறு வேறு அலுவலகங்கள். ஆகவே இருவரும் காலை எட்டு இருபதிற்குள் வீட்டில் இருந்து கிளம்பிவிட வேண்டும். பகல் முழுவதும் வீட்டைப் பார்த்துக்கொள்வது நாய் மட்டுமே. அதற்கான உணவும் தண்ணீரும் வெளியே ஒரு தட்டில் போட்டு வைக்கப்பட்டுவிடும். அது நாள் முழுவதும் வாசல்படியை ஒட்டியேதான் படுத்துக்கொண்டிருக்கும். பகலில் அது என்ன செய்து கொண்டிருக்கும் என்று நாங்கள் யோசித்ததே கிடையாது. நாங்கள் நாயை வெளியே அழைத்துப் போக நேரமும் இருப்பதில்லை.

டிங்கியை வாக்கிங்கூட்டிச் செல்வதற்காக மட்டுமே அப்பா ஊரில் இருந்து கிளம்பி வருகிறாரோ என்று சந்தேகப்படும் அளவில் அப்பா இரண்டு வாரம் ஒருமுறை ஊரிலிருந்து வீட்டிற்கு வந்துவிடுகிறார். தினமும் காலை மாலை இரண்டு வேளைகளிலும் அதை நடத்திக் கூட்டிக்கொண்டு செல்வார். முழு பெங்களூரையும் சுற்றிவிட்டுத்தான் திரும்புவார்கள் போலும். எப்படியும் நடைப்பயிற்சி முடித்துத் திரும்பி வர மூன்று மணி நேரமாகும். அதன் பிறகு நாயின் சுபாவம் ஒரு வாரத்திற்கு உற்சாகத்துடன் இருக்கும்.

அப்பா எங்களுடன் இல்லை. அவருக்கு இந்த ஏப்ரலோடு எழுபத்தி மூன்று வயதாகிறது. அவர் தனியாகச் சொந்த கிராமமான செவல்பட்டியில் வசிக்கிறார். இருபத்தியாறு வயதுவரை தனியாக வசித்து வந்த அவர் நாக்பூரில் அம்மாவைத் திருமணம் செய்து கொண்ட பிறகு ஒருபோதும் தனியாக இருந்ததேயில்லை.

வீட்டில் அம்மாவும் நான்கு குழந்தைகளும் அத்தையும் அவர்களது மூன்று பிள்ளைகளும் என்று நாங்கள் பெரிய

குடும்பமாக இருந்தோம். ஐம்பது வருடங்களுக்கு முன்பாக தனி ஆளாக அப்பா நாக்பூருக்கு வந்து சேர்ந்திருக்கிறார். ராணுவத்தில் பணியில் இருந்த திரவியம் மாமாவின் ஆலோசனையாக இது இருக்கக்கூடும். அதைப் பற்றியெல்லாம் அப்பா பேசிக்கொண்டதேயில்லை.

ஆனால் மொழியறியாமல் தன் இருபது வயதில் அப்பா நாக்பூரில் போன்ஸ்லேயின் ஆரஞ்சு மண்டியில் வேலை செய்திருக்கிறார். தள்ளுவண்டியில் பழங்களை விற்றுப் பிழைத்திருக்கிறார். ரகுஜிராவ் என்ற நண்பரின் உதவியால் அப்பா ஆரஞ்சு ஏற்றுமதி நிறுவனத்தில் கணக்காளராக வேலைக்குச் சேர்ந்த போது வயது இருபத்தியாறு. அதன்பிறகு அவர் வேலை மாறவேயில்லை. ஆனால் நாக்பூருக்கு வந்த ஆறு ஆண்டுகளில் அப்பா எங்கே தங்கியிருந்தார், எப்படி வாழ்ந்தார் என்பதைப் பற்றி யாரிடமும் பகிர்ந்து கொண்டதில்லை.

என் அம்மாவின் பெயர் சாந்த துர்கா, அவர் மராத்தியை சேர்ந்தவர். அவரைத் திருமணம் செய்து வைக்க அப்பாவிற்கு உதவியது லட்சுமண் ரானே என்று சொல்வார்கள். வீட்டில் அவரது ஒரு புகைப்படம் இருக்கிறது. நாங்கள் பிறப்பதற்கு முன்பாக அவர் இறந்து போயிருந்தார். அம்மாவின் கிராமத்தில் இருந்துதான் அப்பாவின் மண்டிக்கான ஆரஞ்சுப் பழங்கள் விற்பனைக்கு வந்து கொண்டிருந்தன. அந்தத் தொடர்பில் அவர் கிராமத்திற்குச் சென்றிருக்கக்கூடும். அம்மாவைப் பற்றி அறிந்திருக்கக்கூடும். இவை எல்லாம் எங்களது யூகங்கள். அம்மா தன் திருமணத்தின் முன்பு அப்பாவைப் பற்றி ஒரு வார்த்தைகூட கேள்விப்பட்டதில்லை என்று பலமுறை சொல்லியிருக்கிறாள்.

எப்படி உங்கள் திருமணம் நடந்தது என்று கேட்டபோது அவளது அப்பா இறந்து போய் மாமா வீட்டில் வசித்து வந்ததால் திருமணம் பற்றி யாரும் அவளிடம் ஆலோசிக்கவேயில்லை என்று சொல்வார். அப்பாவிற்கு யாரையும் கடிந்துகொள்ளவோ கோபப்படவோ பிடிக்காது. அவர் ஒரு நிழலைப் போலவே நடந்து கொள்வார்.

அவர் வீட்டிற்குள் வருவதும் போவதும்கூட சப்தமில்லாமல் தான் நடக்கும். யோசனை. தீராத யோசனை அவர் முகத்தில் எப்போதுமிருப்பதைக் கண்டிருக்கிறேன். நான் வீட்டின் கடைசி பிள்ளை. நான் பிறந்த பிறகே அம்மா மிகவும் நோய்வாய்ப்படத் துவங்கினார். அதன் பின்னான ஏழு வருடங்களில் அம்மா

இறந்து போனார். எங்களைப் பார்த்துக்கொள்வதற்காக ஊரில் இருந்து அத்தையும் குடும்பமும் எங்களுடன் சேர்ந்து வாழத் துவங்கினார்கள்.

நானும் அக்காக்களும் நாக்பூரில் படித்தோம். பிறகு நான் டெல்லிக்குப் படிக்கச் சென்றேன். அப்பா ஒரேயொரு முறை என்னைப் பார்க்க டெல்லி இன்ஜினியரிங்கல்லூரிக்கு வந்திருந்தார். அன்று நான் காலை ஏழு மணிக்கே பயிற்சி வகுப்பிற்குச் சென்றுவிட்டதால் விடுதியின் வெளியில் உள்ள சிமெண்ட் பெஞ்சில் காலை முதல் மாலை ஆறு வரை உட்கார்ந்திருந்திருக்கிறார். அதைப்பற்றி என்னிடம் ஒரு வார்த்தை சலித்துக்கொள்ளவில்லை. எனக்குத் தேவையான பணத்தைத் தந்துவிட்டு இரவே அவர் ஊருக்குப் புறப்பட்டும் போனார். அவ்வளவுதான் அவரைப் பற்றிய எனது நினைவுகள். மற்றபடி அவரை நான் நெருக்கமாக உணரவேயில்லை. எனக்கு வேலை கிடைத்து பெங்களூர் வந்து அப்பாவின் விருப்பப்படியே மதுரையில் படித்த தமிழ்ப் பெண்ணை திருமணம் செய்து கொண்டு ஆறுவருடமாக பெங்களூரில் வசித்துக்கொண்டிருக்கிறேன்.

அப்பாவிற்கு எங்கள் யாரோடும் சேர்ந்து இருப்பதற்குப் பிடிக்கவேயில்லை. அதை என் பெரிய அக்கா ஒரு முறை அவரிடமே சொல்லியும் விட்டாள். அதற்கு அப்பா தூரத்தில் வசிக்கும் போது மட்டும்தான் நீங்கள் என் பிள்ளைகள் என்ற நினைப்பு வருகிறது. அருகில் இருந்தால் வேறு யாரையோ போலிருக்கிறீர்கள் என்றிருக்கிறார். அப்படிதான் அப்பாவின் பேச்சு எப்போதுமிருக்கும். அது இயல்பானதா அல்லது தன்னை மறைத்துக்கொள்ள அப்படிப் பேசுகிறாரா என்ற சந்தேகம் எனக்குண்டு. நானே சில வேளை அப்படி பேசுகிறேன் என்று என் மனைவி சொல்கிறாள். எதற்காக இந்தப் பழக்கம்?

அப்பாவிடம் பகிர்ந்து கொள்ளப்படாத ரகசியங்களும் அவமானங்களும் வலிகளும் நிறைய இருக்கின்றன என்பது மட்டும் எனக்கு நன்றாகத் தெரியும். சொற்ப வருமானத்தில் பெரிய குடும்பம் ஒன்றை வளர்த்துக் காப்பாற்றி வருவது எளிதானதில்லை. யாரையும் திருப்தி செய்ய முடிந்திருக்காது.

சில வேளைகளில் அப்பாவை என் கூடவே வைத்து ஏ.சி. செய்யப்பட்ட அறையைத் தந்து அவரை காரில் அழைத்துக் கொண்டு போய் தேவைப்படும் உடைகள், உணவுகள்

வாங்கித் தந்து அன்பாக வைத்துக்கொள்ள வேண்டும் என்று தோன்றும். ஆனால் அவரை நேரில் பார்த்தவுடன் அந்த கனவுக்குமிழ் தானே உடைந்து போய்விடும் அல்லது அவரே உடைத்துவிடுகிறார்.

அப்பா வயதாக ஆக எதை எதையோ நம்பத் துவங்குகிறார் என்பதற்கு முதற்சாட்சி நாக்பூரை விட்டு நாங்கள் காலி பண்ணியது. அப்பா திடீரென ஒரு நாள் காலை தான் சொந்த ஊரில் புதிதாக ஒரு வீடு கட்டி குடியிருக்கப் போவதாகச் சொன்னார். எனக்கும் தங்கைகள் எவருக்கும் அந்த யோசனை பிடிக்கவில்லை. தன்னுடைய கனவில் அந்த ஊர் திரும்பத் திரும்ப வருவதாகச் சொல்லிய அப்பா அடுத்த வாரமே செவல்பட்டிக்குச் சென்று வீடு ஒன்று கட்டத் துவங்கிவிட்டார். மூன்றே மாதங்களில் நாக்பூரில் நாங்கள் வசித்து வந்த பூர்வீக வீடு விற்கப்பட்டு எங்களது நாற்பத்தியோரு வருட நாக்பூர் வாழ்க்கை முடிந்து போனது.

சொந்த ஊரில் என்ன இருக்கிறது. அப்பா இருபது வயதில் ஊரைவிட்டு ஓடிப்போனவர் என்பதால் அங்கிருந்த யாருக்கும் அவரோடு உறவில்லை. அப்பாவைத் தவிர மற்ற உறவினர்கள் ஊரை காலி செய்து அருகாமை நகரங்களுக்குப் போய்விட்டார்கள். ஆகவே உறவினர்களும் அங்கில்லை. அந்த கிராமத்திற்கு ஒரேயொரு பேருந்து மட்டுமே போய்வருகிறது. நிறைய புளியமரங்கள் அடர்ந்த ஊரது. எதற்காக அங்கே குடியிருக்க வேண்டும். ஏன் இந்தத் தடுமாற்றம். அப்பா அதைச் சொல்வதேயில்லை. அவராக எதையோ கற்பனை செய்து கொள்கிறார். பேசமறுக்கிறார் என்று ஆத்திரமாகவே இருக்கிறது.

அதன் அடுத்தகட்ட வளர்ச்சியாகவே அவர் நாய் தான் குதிரையாக மாறிவிட்டது என்று சொல்வதாக நினைத்தேன். அன்று பகல் முழுவதும் என்னால் வேறு எந்த வேலையும் செய்ய முடியவில்லை. அப்பா நாள் எல்லாம் குதிரையின் அருகிலே உட்கார்ந்திருந்தார். அதன் உடலைச் சுத்தம் செய்தார். அதற்கு தேவையான குடிநீரை வாளியில் பிடித்து வைத்தார். மீனா அவருக்கு பைத்தியம் பிடித்துவிட்டது என்று உறுதியாகச் சொன்னாள்.

யாரிடம் இதைப்பற்றிப் பேசலாம் என்று தெரியாமல் என்னோடு வேலை பார்க்கும் வித்யாகருக்கு போன் செய்து விபரம் சொன்னேன். அவன் குதிரையைத் தனது பையன்

நெடுநாட்களாகப் பார்க்க வேண்டும் என்று சொல்லி மாலை வீட்டிற்கு வருகிறேன், நேரில் பேசிக்கொள்ளலாம் என்று சொல்லிப் பேச்சைத் துண்டித்துவிட்டான்.

மாலை வித்யாகர் குடும்பம் வந்திருந்தது. குதிரையை அவன் வானுயர புகழ்ந்து தள்ளினான். அது போன்ற குதிரையின் விலை பத்து லட்சமிருக்கக்கூடும் என்று சொல்லி உன் அப்பா பெரிய அதிர்ஷ்டத்தைக் கொண்டுவந்திருக்கிறார் என்று பாராட்டினான். குடும்பமே குதிரையின் முன்பாக புகைப்படம் எடுத்துக்கொண்டது. அவன் அப்பாவிடம் தனக்கு குதிரைகள் பற்றியுள்ள ஞானம் முழுவதையும் கொட்டித் தீர்த்தான். அப்பா அதில் சலனமடையவேயில்லை.

இரவில் மீனா நாளை நாம் என்ன செய்வது என்று கேட்டாள். எதற்கு என்று புரியாமல் கேட்டேன். காலை ஆறு மணி ரயிலில் உங்கள் அப்பா ஊருக்குக் கிளம்பிப் போய்விடுவார். நீங்கள் ஒருநாள் விடுமுறை எடுத்துக் கொண்டு இந்த குதிரையை காலி செய்யப் பாருங்கள் என்றபடியே புரண்டு படுத்துக்கொண்டாள். குதிரையை என்ன செய்வது என்ற எண்ணம் மனதில் ஓடிக்கொண்டேயிருந்தது. தூக்கம் பிடிக்கவேயில்லை. காலையில் நான் எழுந்துகொள்வதற்குள் அப்பா ஊருக்குக் கிளம்பிப் போயிருந்தார்.

குதிரை அதே இடத்தில் நின்றிருந்தது. நான் அன்று ஒருநாள் விடுமுறை போட்டேன். என்னிடம் உள்ள ஒவ்வொரு தொலைபேசி எண்ணாகப் பேசிப் பேசி குதிரையை என்ன செய்வது என்று திட்டமிடத் துவங்கினேன். அதைப் பற்றி காவல்துறையில் புகார் செய்ய வேண்டும் என்று ஒரு நண்பன் மிரட்டினான். அதை விற்க முடியாது, சிக்கல் என்று ஒருவர் தெரிவித்தார். அதை ஏதாவது ஒரு சேவை நிலையத்திற்குத் தள்ளிவிடு என்றொரு ஆலோசனை வந்தது. என்ன செய்வது என்று முடிவாக எதுவும் தெரியவில்லை.

திடீரென குதிரை நேற்றிலிருந்து எதையும் சாப்பிடவில்லை என்ற யோசனை தோன்றியது. குதிரை சாப்பிட என்ன தருவது. எங்கே கிடைக்கும் என்று தெரியவில்லை. வீட்டில் உள்ள காய்கறிகளை ஒரு காகிதத்தில் அள்ளிப் போட்டு அதன் முன்னே வைத்தேன். அது எதையும் சாப்பிடவில்லை. ஒரு குதிரை என்ன சாப்பிடும், எவ்வளவு சாப்பிடும், எப்போது உறங்கும் என எந்த விபரமும் தெரியவில்லை. அது குதிரை

என்ற பெயர் மட்டுமே தெரிந்திருக்கிறது.

உடனே கம்ப்யூட்டரில் குதிரையைப் பற்றிய அடிப்படை விபரங்களைத் தேடத் துவங்கினேன். ஆயிரமாயிரம் பக்கமாக நீண்டு போய்க்கொண்டேயிருந்தது. குதிரைகளின் வியப்பான சரித்திரத்தை அது என்றாவது நினைவில் கொண்டிருக்குமா, நினைத்து வேதனை அடையுமா என்ற நினைப்போடு குதிரை புகைப்படங்களைத் பார்த்தபடியே இருந்தேன். அதில் ஒரேயொரு தகவல் — குதிரை சாப்பிடுவதற்கென தனியான புல் மார்க்கெட்டில் கிடைக்கிறது என்றிருந்தது. அதன் தொலைபேசி எண்ணைத் தொடர்பு கொண்டு எனது குதிரைக்கான புல் வேண்டும் என்று ஆர்டர் செய்தேன்.

உண்மையில் என்னுடைய குதிரை என்று சொல்வதற்குக் கூச்சமாகவே இருந்தது. இரண்டு மணிநேரம் சென்று ஒரு வேனில் புற்கட்டுகள் வந்து இறங்கியது. ஒரு வயதானவர் அதை எடுத்து வந்து என் குதிரையின் முன்னால் போட்டு விட்டுக் குதிரை நன்றாக இருக்கிறது, என்ன வம்சமது என்று கேட்டார். நான் அது என் அப்பாவின் குதிரை என்று மட்டும் சொன்னேன். அவர் என் அப்பாவை ஒரு ராஜா போல் கற்பனை செய்துகொள்ளக்கூடும். அது ஏனோ எனக்குப் பிடித்திருந்தது. இனிமேல் யாராவது கேட்டால் அது என் அப்பாவின் குதிரை என்று சொல்லிவிடலாம் என்று முடிவு செய்து கொண்டேன்.

குதிரை அமைதியாகப் புல்லை தின்றபடியே நின்றிருந்தது. அதன் அருகாமையில் போய்த் தொட்டுப் பார்த்தேன். இதன் மீதேறித்தான் மனிதர்கள் நூற்றாண்டு காலமாகப் பயணம் செய்திருக்கிறார்கள். சண்டையிட்டிருக்கிறார்கள். பந்தயம் கட்டி ஓடவிட்டிருக்கிறார்கள். இன்று இயந்திரங்கள் இந்தக் குதிரைகளை நம் கவனத்தில் இருந்து முழுவதாக அப்புறப்படுத்திவிட்டதே என்று தோன்றியது.

குதிரையின் கண்களைக் கவனித்தேன். எவ்வளவு சாந்தம். நாயின் கண்களில் இல்லாத அமைதியது. அது சாப்பிடுவதில் கூட அதிக விருப்பம் கொள்ளவேயில்லை. அதன் நெற்றியில் கை வைத்து தடவிவிட்டேன். குதிரையை நெருங்கிப் பார்க்கும்போது நானே சிறுவனாகிவிட்டது போல தோன்றியது. சிறுவயதில் ஒரு மரக்குதிரை ஓட்டியிருக்கிறேன். இப்போது தான் நிஜக்குதிரையைத் தொட்டுத் தடவிப் பார்க்கிறேன். அதன் முதுகு எலும்புகள் இரும்பைப் போல் உறுதியாக இருந்தன. பகல் முழுவதும் குதிரையைப் பார்த்து

கொண்டேயிருந்தேன்.

மீனா அலுவலகம் விட்டுத் திரும்பியதும் குதிரை அதே இடத்தில் இருப்பதைக் கண்டு ஆத்திரமடைந்தாள். தான் உடனே கிளம்பி ஊருக்குப் போகப் போவதாக மிரட்டினாள். உனக்கு எதற்காகக் குதிரையைப் பிடிக்கவில்லை என்று கேட்டேன். அவள் அது நாய் போல இல்லையே என்று சொன்னாள். இல்லை, இதோடு நாம் இன்னமும் பழகவில்லை என்று சொன்னேன். உங்கள் அப்பாவைப் போலவே பேசாதீர்கள். எனக்கு குதிரைகள் வேண்டாம். நாம் என்ன நெப்போலியனா, இல்லை ராஜா தேசிங்கா குதிரையில் போக என்று கேட்டாள்.

அவள் சொன்ன பிறகுதான் பெருமைக்குரிய குதிரை வைத்திருந்தவர்கள் பற்றிய தகவல்கள் மண்டைக்குள் பீறிடத் துவங்கின. இரண்டு நாளில் அந்தக் குதிரையை எப்படியாவது அனுப்பிவிடலாம் என்று சமாதானம் சொன்னேன். இரவில் அவள் தனக்கு தெரிந்தவர்களிடம் எல்லாம் போனில் குதிரைப் பற்றியே பேசிக்கொண்டேயிருந்தாள். நான் மறுபடி அப்பாவை போனில் கூப்பிட்டு இது யாருடைய குதிரை உண்மையைச் சொல்லிவிடுங்கள் என்று கேட்டேன். அப்பா அது நமது டிங்கியேதான் என்றார். ஒரே பொய்யை ஏன் திரும்பத் திரும்பச் சொல்கிறீர்கள் என்று கத்தினேன். மறுமுனையில் பேச்சேயில்லை.

மறுநாள் நாங்கள் குதிரையைப் பற்றி யோசிக்கக் கூடாது என்று முடிவு செய்து காலை அவசரமாக வீட்டைப் பூட்டிக் கொண்டு அலுவலகம் சென்றோம். பகலில் வேலையின் நடுவில் குதிரை என்னவாக இருக்கும் என்ற யோசனை தோன்றி மறையும். ஆனால் அதைப் பற்றி நினைக்கக் கூடாது என்று கறாராக இருந்தேன். மாலை வீடு திரும்பும்போது என் வீட்டின் வாசலில் பெரிய கூட்டம் நின்றிருந்தது. அத்தனையும் குதிரையை வேடிக்கை பார்க்கும் கூட்டம். அருகாமை வீட்டின் கூர்க்கா தான் கேட்டைத் தாண்டி போய் குதிரைக்கு குடிதண்ணீர் வைத்ததாக விளக்கம் தந்து கொண்டிருந்தான். குதிரையை நானே கொண்டுபோய் எங்காவது விட்டுவிட வேண்டியதுதான் என்று முடிவு செய்து அதைக் கையில் பிடித்துக்கொண்டு நடக்கத் துவங்கினேன்.

வீதியில் குதிரையோடு நான் செல்வதை மக்கள் வேடிக்கை பார்க்கிறார்கள் என்று தோன்றியது. குதிரை ஏறத் தெரியாமல் அதை பிடித்துக்கொண்டு நடப்பது அவமானமாக இருந்தது.

எஸ்.ராமகிருஷ்ணன்

அதை சகித்தபடியே நடத்திக்கொண்டு சென்றேன். எங்கே கொண்டுபோய் விடுவது என்று தெரியவில்லை. வழியில் ஒரு பயம் வந்தது. ஒருவேளை அப்பா அடுத்த வாரம் திரும்பி வந்து அந்த குதிரை யாருடையது என்ற உண்மையைச் சொல்லிவிட்டால் திரும்பிக் கொடுக்க என்ன செய்வது. குதிரையைக் கொடுக்க முடியாவிட்டால் பத்து லட்சம் பணம் அல்லவா தர வேண்டியது இருக்கும். நான் குதிரையோடு வீடு திரும்பியபோது இரவாகியிருந்தது.

குதிரையை நான் ஏன் வெறுக்கிறேன் என்று எனக்கே புரியவில்லை. அன்றிரவு குதிரைகளைப் பற்றி நிறைய படித்தேன். உயிருடன் கம்பீரமாக என் வீட்டின் வாசலில் நிற்கும் அதை ஏன் நான் அலட்சியப்படுத்துகிறேன் என்று குழப்பமாக இருந்தது.

இரண்டு நாட்களில் அந்தக் குதிரை எங்கள் வீட்டின் அடையாளமாகிப் போனது. கூரியர் ஆள், காய்கறி விற்பவன், கேஸ் சிலிண்டர் கொண்டுவருபவன் என எல்லோரும் அதை நேசித்தார்கள். அதற்கு என்ன பெயர் என்று ஆசையாகக் கேட்டார்கள். அடுத்த மாதம் தனது தம்பி திருமணத்திற்கு அந்தக் குதிரையை இரவல் தர முடியுமா என்று தபால்காரன் அன்போடு கேட்டான். தலையாட்டிக்கொண்டேன். என் மனைவிக்கு குதிரையைப் பிடிக்கவேயில்லை. பூனை நாயைக்கூடப் பிடிக்கும் அவளுக்குக் குதிரை மீது ஏன் இவ்வளவு வெறுப்பு.

குதிரைக்குத் தினமும் ஒரு கட்டு புல்லும், குடிதண்ணீரும் வைக்கும் வேலையை நானே ஏற்றுக்கொண்டேன். சில வேளைகளில் அதன் வயிற்றைத் தடவிவிடுவேன். நெற்றியில் விரலால் அழுத்திக் கொடுப்பேன். குதிரை சாணத்தின் நாற்றத்தை என் மனைவியால் சகித்துக்கொள்ள முடியவேயில்லை. அதையும் நானே சுத்தம் செய்யத் துவங்கினேன். குதிரையை நம்பி வீட்டை விட்டுச் சென்றேன். குதிரையோ வந்த நாளில் எப்படி இருந்ததோ அப்படியே இருந்தது.

சில நாட்களில் எனக்குக் குதிரையைப் பிடித்து போகத் துவங்கியது. அதை நேசிக்க ஆரம்பித்தேன். அப்பாவைப் போல அதை நானும் வாக்கிங்கூட்டிச் செல்ல முடியுமா என்று நினைத்தேன். சிறுவர்களை குதிரையோடு விளையாட அனுமதித்தேன். அண்டை வீட்டார் என்னைப் புரியாமல் பார்த்தார்கள்.

ஒரு வெள்ளிக்கிழமை இரவு எப்போதும் போல் அப்பா வந்திருந்தார். வீட்டிற்குள் நுழைந்தவுடன் அவர் குதிரை எப்படியிருக்கிறது என்றுதான் கவனித்தார். பிறகு அவர் அதை காலையில் தான் வாக்கிங் அழைத்துச் செல்வதாக சொல்லியபடியே நெருங்கி உட்கார்ந்துகொண்டார். இரவில் அப்பா குதிரையோடு ஏதோ பேசிக்கொண்டிருப்பது கேட்டது.

காலையில் நான் எழுந்து கொள்வதற்குள் அப்பா குதிரையை அழைத்துக்கொண்டு வாக்கிங்சென்றிருந்தார். என் மனைவி தனது தோழியின் வீட்டிற்குப் போகக் கிளம்பிக்கொண்டிருந்தாள். காலை ஒன்பது மணியிருக்கக் கூடும். அப்பா திரும்பி வருவது தெரிந்தது. அப்பாவின் கையில் டிங்கியிருந்தது. குதிரை எங்கே போனது. எப்படி நாய் திரும்ப வந்தது என்று திகைப்பாக இருந்தது.

அப்பா மிக இயல்பாக அந்த நாயை அதன் இடத்தில் கட்டிவிட்டு வரவேற்பறையில் அமர்ந்து பேப்பர் படிக்கத் துவங்கினார். தனது நாயைப் பார்த்த சந்தோஷத்தில் மீனா டிங்கியைக் கட்டிக்கொண்டு முத்தமிட்டாள். நான் அப்பாவிடம் குதிரை எங்கே போனது என்று கேட்டேன்.

குதிரை மறுபடியும் நாயாக மாறிவிட்டது என்றார். எனக்கு வருத்தமாக இருந்தது. நான் அவரிடம் வேறு கேள்விகள் எதையும் கேட்டுக்கொள்ளவில்லை. நாயைக் கண்டு கொள்ளாமல் குளிக்கச் சென்றேன்.

இரும்பு கேட்டின் வெளியே சிறுவர்கள் குதிரையைத் தேடி வந்து விசாரித்துக்கொண்டிருப்பது கேட்டது. அப்பா சொல்வது எல்லாம் உண்மை என்று எனக்கு அப்போது தோன்றியது. நாய்களைப்போல ஏன் குதிரை தன் இருப்பைக் காட்டிக்கொள்ள சப்தமிடுவதோ கத்துவதோ இல்லை என நான் குதிரையைப் பற்றியே நினைத்துக்கொண்டிருந்தேன். என்னை அறியாமல் மனதில் வலி கவ்வியது. அப்பா எப்போதும் போல காய்கறி வாங்கக் கூடையுடன் வெளியேகிளம்பிப் போய்க்கொண்டிருப்பது தெரிந்தது.

பின்னிரவுத் திருடன்

அந்த மனிதன் கிளாரிந்தாவின் வீட்டிற்குத் திருட வந்தவன் என்று ஊரே பேசிக்கொண்டது. அதற்குள் அவன் இறந்து போய் ஒன்பது மணி நேரமாகியிருந்தது. கிளாரிந்தா வீட்டோடு தெரு முடிந்து போகிறது. அதன்பிறகு முட்டுச்சுவர் ஒன்று மட்டுமேயிருக்கிறது. அதன் பின்னால் கிறிஸ்துவர்களின் பழைய கல்லறைத் தோட்டம் உள்ளது. இப்போது — அது பயன்பாட்டில் இல்லை. இடிந்துபோன கட்டைக் சுவரும் துருவேறிய இரும்பு கேட்டுகளும் கொண்ட அக் கல்லறைத் தோட்டத்தில் முதல் தலைமுறை கிறிஸ்துவர்கள் தேவனோடு உறங்கிக்கொண்டிருந்தார்கள்.

இடிபாடுகளுக்கு ஊடே ஒரேயொரு கல்லறை மட்டும் புதுப்பிக்கப்பட்டு சலவைக்கற்களால் அலங்கரிக்கப் பட்டிருக்கிறது. அது சாலமன் நாடாரின் கல்லறை. அவரது பிள்ளைகள் உவரி பக்கம் இடம்பெயர்ந்து போய்விட்டார்கள் என்றாலும் தகப்பனை நினைவு கொள்ளும் விதமாக இரண்டு வருடங்களுக்கு முன்பாக அந்த கல்லறையை எடுத்து செய்து நீத்தார் நினைவுபலி தந்தார்கள்.

அன்றைக்குக் கல்லறைத் தோட்டத்தைச் சுத்தம் செய்யும் போது நாலைந்து பாம்பு சட்டைகளையும், இரண்டு மரச்சிலுவைகளையும், புதைக்கப்பட்டு களிம்பேறிய வெள்ளிடம்ளர் ஒன்றையும் கண்டார்கள். கல்லறைத் தோட்டத்தின் வலது கோடியில் இடிந்து போயிருந்த சூசை நாடாரின் கல்லறையில் பருத்து, கண்கள் பிதுங்கிய ஓணான் ஒன்று படுத்துக்கிடந்தது.

அவர்தான் அந்த ஊரின் தேவாலயத்தை உருவாக்கியவர். பிரார்த்தனைக்காக ஐம்பது பேருக்கு மேற்பட்டவர்கள் கல்லறை தோட்டத்திற்குள் நடமாடிய போதும் கூட அந்த ஓணான் அசையவேயில்லை. ஒருவேளை சூசை நாடார் தான் ஓணானாக உருக்கொண்டு தங்களை அவதானித்துக் கொண்டிருக்கிறாரோ என்று அதற்கும் ஒரு தோத்திரம் சொன்னாள் சாலமன் நாடாரின் மனைவி.

சாலமன் நாடார் உயிரோடு இருந்தவரை மீட்பரின் பண்டிகை தினத்தைத் தவிர வேறு எந்த நாளிலும் தேவாலயத்திற்குப் போனதில்லை. எப்போதாவது நினைவிற்கு வந்தது போல் கைகளை காற்றில் உயர்த்தி படைச்சவருக்கு தோத்திரம் என்று சொல்லிக் கொள்வார். ஆண்டவரை நினைவு கொள்வதற்காக தேவாலயம் போக வேண்டுமா என்ன? எத்தனையோ முறை பனை வெல்ல சிப்பங்களுடன் சைக்கிளில் போகையில் யாருமற்ற மண்சாலையில் ஆண்டவரின் நினைப்பு அவருக்கு வந்திருக்கிறது. சைக்கிளை நிறுத்தி அவர் மண்டியிட்டு தன்னையும் குடும்பத்தையும் காப்பாற்றும்படியாக மன்றாடியிருக்கிறார்தானே. அது எத்தனை பேருக்குத் தெரியும்.

திருட வந்தவன் சாலமன் நாடாரின் கல்லறையில் தான் பகலில் படுத்து உறங்கியிருக்கிறான். சலவைக்கல்லின் குளிர்ச்சி அவனுக்குப் பிடித்திருக்கக்கூடும். அங்கே படுத்தபடியே அவன் புகைத்த பீடித்துண்டுகள் நாலைந்து அருகில் அணைந்து கிடந்தன. அங்கே யாரும் பொதுவில் படுத்துக் கிடப்பதில்லை. ஆகவே திருடன் இந்த ஊருக்கு முதல் முறையாக வந்திருக்கிறான் என்பது தெரிந்தது. அவன் கிளாரிந்தாவின் வீட்டில் திருட முனைந்திருப்பதில் இருந்து அவன் கிடைத்த பொருளைத் திருட வந்திருக்கிறானே அன்றி திட்டமிட்டுத் திருட முனைகிறவன் இல்லை என்றும் ஊர்க்காரர்கள் அறிந்துகொண்டார்கள்.

காரணம், கிளாரிந்தா வீட்டில் அவளையும் இரண்டு பூனைகளையும் தவிர மண்கலயத்தில் கைப்பிடியளவு தானியம் மட்டுமேயிருந்தன. அவள் வீட்டில் எண்ணெய் விளக்குகள் கூட கிடையாது. இருட்டில் வாழப் பழகிய பெண் அல்லவா அவள். ஆகவே அவள் வீட்டில் திருட என்ன இருக்கிறது.

சிறுமியாக இருந்தபோது அவள் ஒரு சாயம் காய்ச்சும்

பட்டறையில் வேலை செய்துகொண்டிருந்தாள். அப்போது ஊரில் நாலைந்து நெசவாளிகளின் குடும்பம் இருந்தது. அவர்களுக்காக நீலம் அல்லது அரக்கு நிற சாயங்களைக் காய்ச்சித் தருவதற்காக சாயப்பட்டறை செயல்பட்டுக் கொண்டிருந்தது. கிளாரிந்தாவிற்கு சாயர்புரத்தில் இருந்த மிக்கேலுடன் பதினாறாவது வயதில் திருமணம் ஆனது. அது இப்போது ஊரில் எவருக்கும் நினைவில்லை. ஒருவேளை அவளும் மறந்து போயிருக்கக்கூடும். திருமணமாகி இரண்டு வாரங்களில் கணவனோடு படுத்து சுகங்காண இடம் தர மறுக்கிறாள் என்று விரட்டிவிட்டார்கள் என்று பேசிக்கொண்டார்கள். கிளாரிந்தாவே சிலமுறை சலிப்பில் எப்படித்தான் ஆம்பளையைக் கட்டிக்கிட்டு தூங்குறதோ என்று கூட நெல் அவிக்க வந்த பெண்களிடம் சொல்லியிருக்கிறாள். என்ன பெண் இவள் என்று அவர்கள் கேலி செய்த போதும் அவளுக்கு ஆண்களின் தேவையிருக்கவேயில்லை. இருபது வருடங்களுக்கும் மேலாக அவள் தனியாகவே வாழ்ந்து வந்தாள்.

அவள் வீட்டின் பின்னால் ஒரு கிணறு இருந்தது. பகலும் இரவும் அதிலிருந்து தண்ணீர் இறைத்து ஊற்றிக் கொண்டேயிருப்பாள். எதற்காக இவ்வளவு தண்ணீர் என்று யாரும் கேட்பதேயில்லை.

நிறைய தண்ணீரைச் சேகரித்து வைத்துக்கொண்டுவிட வேண்டும் என்று பேராசைப்பட்டவளைப் போல கிடைத்த பாத்திரங்களில் எல்லாம் அவள் தண்ணீரை நிரப்பி வைத்துக் கொள்வாள். ஆனால் குளிப்பதற்கு அவளுக்குப் பிடிக்கவில்லை. அலங்காரம் செய்யவும் விரும்புவதில்லை. பத்து வருடங்களுக்குப் பிறகு ஒரு முறை அவள் கணவனைத் தற்செயலாக இன்னாசி வாத்தியார் வீட்டில் வைத்து பார்த்தாள். அவன் வயிறு பெருத்து கன்னங்கள் ஊதிப் போயிருந்தான். இரண்டாவது திருமணம் செய்து கொண்டு மூன்று குழந்தைகளின் தகப்பனாகியிருந்தான். அது அவன் உடல்வாகிலே தெரிந்தது. அவளை தனியே அழைத்துப் போய் ஐந்து ரூபாய் பணமும் இனிப்பு ரொட்டிகளும் தந்துவிட்டு அவள் நல்ல பெண் என்று சொல்லிப் போனான். அன்றிரவு அவனுக்காகப் பிரார்த்தனைச் செய்ததோடு நெடுநேரம் அழுது கொண்டிருந்தாள் கிளாரிந்தா.

அதன்பிறகு அவனைப் பற்றி கிளாரிந்தா யோசிப்பதேயில்லை. திருமணம் பிடிக்காமல் வீடு திரும்பிய நாளில் இருந்து ஜெபராணியின் வீட்டில் பணிப்பெண்ணாக வேலை செய்யத் துவங்கினாள். ஜெபராணிக்கு ஆறு பெண்பிள்ளைகள் மூன்று ஆண் மக்கள். கூட்டுக்குடும்பம் என்பதால் அவர்கள் வீட்டில் அதிகமான வேலையிருந்தது.

கூண்டு நிறைய புறாக்கள், இரண்டு ஜோடி முயல்கள், நாட்டுக்கோழிகள், வெள்ளை எலியொன்றும் அவர்கள் வீட்டில் வளர்க்கப்பட்டன. பால்மாடுகளும் மூன்று இருந்தன. அதனால் கிளாரிந்தாவிற்கு பகல் முழுவதும் வேலையிருந்தது. அவர்கள் சாப்பிட்டது போக மிச்சமிருந்ததை அவளுக்குத் தந்தார்கள். இரவு அவர்கள் ஜெபம் செய்யும் போது கிளாரிந்தாவும் சேர்ந்து ஜெபித்துக்கொள்வதற்கு அனுமதிக்கப்பட்டாள்.

கிளாரிந்தா யாவரையும் விட்டுத் தனித்து ஒதுங்கியே வளர்ந்திருந்தாள். யாராவது கூப்பிட்டால் கூட கவனமிருக்காது. ஆகவே அவளைப் பல நேரங்களில் செவிட்டு கிளாரிந்தா என்றுதான் அடையாளம் சொல்வார்கள். அதே ஊரில் இன்னொரு கிளாரிந்தாவும் இருந்தாள். அவள் அழகி. பூ வேலைப்பாடுகள் செய்வதில் கில்லாடியான பெண். அவளுக்குத் தன் பெயரில் செவிட்டு கிளாரிந்தா இருப்பது பிடிப்பதேயில்லை. அதற்காகத் தெருவில் எங்கே கண்டாலும் அவளை ஏசுவதும் உண்டு.

அன்றாடம் வேலை முடிந்து கிளாரிந்தா வீடு திரும்பும் போது தெரு அடங்கியிருக்கும். அவள் இருட்டிற்குள்ளாகவே நடந்து போவாள். இருட்டு ஒருபோதும் அவளைப் பயப்படுத்தவேயில்லை. பகலை போலவே தன்னியல்பாக அவள் இருட்டில் நடக்கப் பழகியிருந்தாள். அவள் வீட்டைச் சுற்றிய இருள் மாட்டுச்சாணம் போல் மணக்கக்கூடியது. இருளின் வாசனை அவளுக்கு ரொம்பவும் பிடிக்கும். அதை நுகர்ந்தபடியே அவள் கதவைச் சாத்திக்கொள்ளாமல் படுத்து கிடப்பாள். அந்த வீடு அவளைப் பொறுத்தவரை ஒரு கல்லறை போலவே இருக்கிறது.

யாரும் அவளுடன் இல்லை. எந்தப் பொருளும் அந்த வீட்டில் இல்லை. முன்பு எப்போதோ ஒருமுறை ஒரு நாணல் பாயை வைத்திருந்தாள். அதுவும் கிழிந்து போய்விட்டது. போர்வைகள், தலையணைகள் எதுவும் அவளிடம் கிடையாது.

அவளது வீட்டின் அடுப்புகூட மிகச் சிறியது. மூன்று மண்பாத்திரங்கள் மட்டுமே வைத்திருந்தாள். அவளிடம் முகம் பார்க்கும் கண்ணாடி, சீப்புகள், பவுடர், தேங்காய் எண்ணெய் என எதுவும் கிடையாது. அவை தேவையாகயிருக்கவுமில்லை.

கிளாரிந்தா கனவு காண்பதுகூட கிடையாது. பின்னிரவில் அவள் எப்போதும் எழுந்து கொண்டு விடுவாள். விடிகாலையின் வெளிச்சம் வானில் பீறிடுவதற்காகக் காத்து கொண்டிருப்பாள். ஒரு பறவையின் சப்தம் கேட்டுவிட்டால் கூட போதும் உடனே அவள் கிணற்றில் சென்று தண்ணீர் இறைக்கத் துவங்கிவிடுவாள். வேலை செய்து கொண்டேயிருக்க வேண்டும் இல்லாவிட்டால் அவள் தன்னை நோயாளியாகவே கருதினாள். ஒருநாள் கூட அவள் வெயில் வரும் வரை உறங்கியதில்லை. ஒருவேளை அவளது உறக்கம் என்பதே விழிப்பிற்கும் உறக்கத்திற்கும் இடையிலான ஊசலாட்டம்தானோ என்னவோ.

ஜெபராணி வீட்டில் கிளாரிந்தாவிற்கு வருடம் ஒரு முறை ஒரு புடவையும் ஐம்பது ரூபாய் பணமும் அன்பளிப்பாகத் தருவார்கள். அதைத் தவிர வேறு ஊதியம் கிடையாது. அங்கேயே சாப்பிட்டுக்கொள்வதால் அவள் தினசரி சமைப்பதுமில்லை. அவள் வீட்டில் இருந்த ஒரே அலங்காரப் பொருள் ஒரு காகித நட்சத்திரம் மட்டுமே.

நான்கு வருடத்திற்கு முன்பு பண்டிகை நாளில் செபஸ்தியார் தெருவில் அதைக் கண்டு எடுத்தாள். ஜிகினா பேப்பர் ஒட்டியது. அதை ஆசையாக எடுத்து வந்து வீட்டின் முகப்பில் மாட்டியிருந்தாள். அது இன்றும் கிழிந்து போய் காற்றில் ஆடிக்கொண்டுதானிருக்கிறது.

திருடன் அதைக் கவனித்திருக்கக்கூடும். திருடன் கிளாரிந்தாவை இருட்டிற்குள்ளாகவே பார்த்துக் கொண்டிருந்திருக்க வேண்டும். அல்லது அவள் திருடன் படுத்துக்கிடப்பதை அறிந்தும் பயமில்லாமல் கதவைத் திறந்து வைத்திருக்க வேண்டும். எது நடந்தது என்று யாருக்கும் துல்லியமாகத் தெரியவில்லை. திருடன் எப்படி வந்தான் என்ற கேள்விக்கு கிளாரிந்தா பதில் சொல்லவேயில்லை. அவள் உறைந்து போயிருந்தாள். திருடன் வந்த போது ஏன் அவள் கத்தவேயில்லை என்று ஊர்க்காரர்களுக்கு வியப்பாக இருந்தது.

விடிகாலையில் இருந்து கிளாரிந்தா செத்துக்கிடந்த

திருடன் முன்பாக உட்கார்ந்து கொண்டு அவனையே பார்த்துக்கொண்டிருந்தாள். அந்த முகம் பகலில் தெரிவது போல இவ்வளவு துல்லியமாக இரவில் தெரியவில்லை. அவனைப் பார்க்க பார்க்க மிக நெருக்கமானவன் போல தெரிந்தான். சில நிமிடம் அவன் யாரோ முன்னறியாதவன் போலவுமிருந்தான்.

அவள் முந்திய இரவில் வீடு திரும்பி வரும்போதே நிலா வெளிச்சத்தில் கல்லறைத் தோட்டத்தில் ஆள் படுத்திருப்பதைக் கண்டாள். யாரோ வெளியாள் என்று தெரிந்து போனது. அவள் அதைக் கண்டுகொள்ளவேயில்லை. எப்போதும் போல வீட்டின் கிணற்றில் தண்ணீர் இறைக்கத் துவங்கினாள். ராட்டு சப்தம் கேட்டு திருடன் விழித்துக் கொண்டுவிட்டான் என்பது தெரிந்தது. அவன் தன்னை நோக்கி வரக்கூடும் என்பதை அறிந்தவள் போலவே அவள் தண்ணீர் இறைத்துக்கொண்டிருந்தாள்.

அவன் ஒரு காலை இழுத்துக்கொண்டு நடந்து கிணற்றடிக்கு வந்து சேர்ந்தான். நடுத்தர உயரம், மெலிந்து போன உடல்வாகு டவுசரும் பனியனும் அணிந்திருந்தான். உடலெங்கும் ரோமமாக இருப்பது போல தெரிந்தது. ஏதோ ஒருவகையில் இறந்துபோன அவளது தம்பியின் ஜாடை போன்ற முகம் அவனிடமிருந்தது.

அவன் கிணற்றடியில் வந்து நின்றபடியே அவளைப் பார்த்துக் கொண்டிருந்தான். அவனோடு கிளாரிந்தா பேசவேயில்லை. அவன் அங்கிருந்த பானையில் இருந்தத் தண்ணீரை அள்ளித் தன் தலையில் ஊற்றிக் குளிக்கத் துவங்கினான். கிளாரிந்தா அவனைத் தனியே விட்டு வீட்டின் உள்ளே போய்விட்டாள். அவள் இறைத்து வைத்த தண்ணீர் முழுவதையும் அவன் ஊற்றி ஊற்றிக் குளித்துக்கொண்டிருந்தான். அதைப் பார்க்க அவளுக்குச் சிரிப்பாக வந்தது. அவன் உடைகளுடன் ஏன் குளிக்கிறான் என்று கேலியாக இருந்தது.

அவன் குளித்துவிட்டு ஈர உடலுடன் அவள் வாசலின் முன்பாக வந்து நின்று மிரட்டும் தொனியில் தலை துவட்ட ஒரு துண்டு வேண்டும் என்று கேட்டான். கிளாரிந்தா தன்னிடம் துண்டு எதுவுமில்லை என்று சொன்னாள். பழைய புடவை ஏதாவது இருக்கிறதா என்று கேட்டான். அப்படி எதுவுமில்லை என்றாள். நீ குளிப்பதேயில்லையா என்று கோபமான குரலில் கேட்டான். அவள் அதைக் கண்டுகொள்ளாமல்

எஸ்.ராமகிருஷ்ணன்

மறுபடி கிணற்றில் தண்ணீர் இறைக்கத் துவங்கினாள். அவன் ஈரத்தலையுடன் அவள் வீட்டின் வாசலில் உட்கார்ந்து கொண்டான். அவனுக்குப் பசித்திருக்கக்கூடும். அவளிடம் சாப்பிடத் தருவதற்கு எதுவுமில்லை. அவன் கேட்கவுமில்லை. அவன் கிளாரிந்தாவை வெறித்துப் பார்த்தபடியே இருந்தான். அவள் மறுபடியும் கிணற்றிற்குப் போய் தண்ணீரை இறைத்து நிரப்பிவிட்டு இரண்டு செங்கல்லை தலைக்கு வைத்தபடியே வழக்கமான தன் இடத்தில் படுத்துக் கொண்டுவிட்டாள்.

திருடன் வெளியே உட்கார்ந்தேயிருந்தான். நிலா வெளிச்சமும் காற்றோட்டமுமாக இருந்தது. அன்று நிசப்தம் கூடுதலாக இருப்பது போலவே உணர்ந்தாள். அவன் தொண்டையைச் செருமிக் கொண்டு அவளிடம் உன் பெயர் என்னவென்று கேட்டான். அவள் பதில் சொல்லவில்லை. என்னைக் கண்டு உனக்கு பயமாக இல்லையா என்று கேட்டான். ஏன் உனக்குப் பயமாக இருக்கிறதா என்று அவள் பதிலுக்குக் கேட்டாள்.

அவன் சிரிப்பது கேட்டது. முதல் முறையாக இரவில் அவள் வீட்டில் ஒரு ஆணின் சிரிப்பு சப்தம் கேட்கிறது. யாராவது இதை கேட்டால் என்ன நினைப்பார்கள். இரவில் அவளது வீட்டின் பக்கம்தான் யாரும் வருவதேயில்லையே.

அவன் மறுபடியும் சிரிக்க வேண்டும் என்பது போலவே அவள் விரும்பினாள். திருடன் பேசவேயில்லை. ஏதோ யோசனையுடன் உட்கார்ந்திருந்தான். பிறகு அவன் ஒரு கல்லை எடுத்து இருளில் எறிவது தெரிந்தது. கிளாரிந்தா அவனிடம் பேச விரும்பினாள். ஆனால் பேசவிடாமல் தொண்டை அடைத்துக்கொண்டிருந்தது.

நீண்ட நேரத்தின் பிறகு கிளாரிந்தாவிடம் அவளுக்கு எத்தனை வயதாகிறது என்று கேட்டான். அவள் பதில் சொல்லவில்லை. அவளது கணவன் செத்துப் போய்விட்டானா என்று மறுபடியும் கேட்டான். கிளாரிந்தாவிற்கு அழுகை வரும்போல இருந்தது. அவள் தன்னை மீறி அழுதாள். திருடன் அவளது அழுகை சப்தத்தைக் கேட்டிருக்கக் கூடும். எதற்காக அழுகிறாய் என்று கேட்டான். அவள் பதில் சொல்லவேயில்லை.

அவன் எழுந்து அருகில் வந்து ஏய் மூதேவி, எனக்கு அழும் பெண்களைப் பிடிக்காது. என் பெண்டாட்டியும் இப்படித்தான் அழுது கொண்டேயிருப்பாள் என்று திட்டினான். அவன்

திட்டுவது கிளாரிந்தாவிற்குப் பிடித்திருந்தது.

இன்னும் கொஞ்சம் திட்டட்டுமே என்பது போல ஓங்காரமாக அழுதாள். அவனால் அந்த அழுகையைத் தாங்க முடியவில்லை. என்ன செய்வது என்று தெரியாமல் மிரட்டினான். அந்த மிரட்டல் கூட அவளுக்குப் பிடித்திருந்தது.

திருடன் விடுவிடுவென மறுபடி தான் முன்பு படுத்திருந்த கல்லறைக்கே போய்விட்டான். அவனைத் தேடி அங்கே போகலாமா என்று தோன்றியது. அவள் அழுகையை அடக்கிக்கொண்டாள். திருடன் கல்லறையில் படுத்தபடி காலை ஆட்டிக்கொண்டிருந்தது தெரிந்தது. அவள் எழுந்து வாசல் வரை வந்து சிறிய கல் ஒன்றை எடுத்து அந்தக் கல்லறையை நோக்கி வீசி எறிந்தாள். அது திருடன் மீது படவில்லை.

ஆனால் தன்னை அவள் கல் எறிந்து கூப்பிடுகிறாள் என்பதை அவன் புரிந்து கொண்டவனை போல அவனும் ஒரு கல்லை எறிந்தான். அவளுக்கு அது ஒரு விளையாட்டைப் போலவே இருந்தது. மறுபடி ஒரு கல்லை எறிந்தாள். திருடன் பிடி நாயை என்று திட்டியபடியே ஓடிவந்தான். கிளாரிந்தா வீட்டின் உள்ளே ஓடி தன் இடத்தில் படுத்துக் கொண்டாள். அவன் வாசலில் வந்து உட்கார்ந்துகொண்டபடியே வெளியே வாடி என்று கூப்பிட்டான். அவளுக்குக் கூச்சமாக இருந்தது.

உள்ளே வந்தா என்ன செய்வேன் தெரியும்லே என்று சொன்னான். அந்தச் சொற்களால் அவளது மயிர்க்கால்கள் குத்திட்டுக்கொண்டுவிட்டன. அவள் வெடித்துச் சிரித்தாள். அந்த சிரிப்பு திருடனுக்குப் பிடித்திருக்கக்கூடும். அவனும் பதிலுக்குச் சிரித்தான். அவன் யாரென அவள் கேட்டுக் கொள்ளவேயில்லை. திருடன் அருகில் வந்து அவள் கையைப் பிடித்து மெதுவாகக் கட்டி அணைத்தான். அவனை விட்டு திமிறுவது போல கிளாரிந்தா நடித்தாள். அவன் இடுப்பில் கைவைத்துத் தடவிவிட்டான். கிளாரிந்தா அவன் முகத்தை மிக நெருக்கமாகப் பார்த்தாள். அவன் அவளது முலைகளில் கைவைத்து அமுக்கினான். பிறகு கிளாரிந்தாவை முத்தமிட விரும்பியவனை போல இறுக்கி உதட்டைக் கவ்வினான். கிளாரிந்தா அவனை இறுக்கிக் கட்டிக்கொண்டாள். உதடு ஒரே உப்பா இருக்கு என்று அவளை விலக்கிக் கொண்டுவிட முயன்றான். கிளாரிந்தா அவனை விட்டு விலகவேயில்லை.

அவன் மூர்க்கத்துடன் அவளைத் தள்ளினான். கிளாரிந்தா அவனை இறுக்கிக்கொண்டேயிருந்தாள். அவளது அடி வயிற்றோடு அவன் முட்டியால் எத்தினான். அப்படியும் கிளாரிந்தா அவனை விடவில்லை. அவனை ஆசையோடு கட்டிக்கொண்டேயிருந்தாள். அவன் ஆவேசமாகி அவள் தலையைப் பிடித்து சுவரில் முட்ட வைக்கத் துவங்கினான். கிளாரிந்தா அவன் கன்னத்தை கடித்து வைத்தபடியே கையை விட்டாள். அவள் கிளாரிந்தாவை முகத்தோடு அறைந்தான். அவள் ஓங்காரமாகச் சிரித்தாள். அவன் பயந்து போயிருக்கக்கூடும். வலியில் கத்தியபடியே அவன் தன்டவுசர் பாக்கெட்டில் வைத்திருந்த பேனா கத்தியை எடுத்து அவள் தொடையோடு சேர்த்துக் குத்தினான். அப்போது கூட அவனைக் கொல்ல வேண்டும் என்று கிளாரிந்தாவிற்கு எண்ணமேயில்லை.

அவள் தன் இறுக்கத்தை தளர்த்திக்கொண்டு உடலில் இருந்து பீறிடும் குருதியைத் தடவிப் பார்த்துக் கொண்டேயிருந்தாள். திருடன் கத்தியை அங்கேயே போட்டுவிட்டு வெளியே ஓடினான். அவன் இனி திரும்பி வரமாட்டான் என்பது அவளுக்குப் புரிந்தது. அவள் இருட்டிற்குள்ளாகவே தவழ்ந்து கொஞ்சம் மண்ணை அள்ளி தன் ரத்த காயத்தில் போட்டாள். திருடன் அவள் நினைத்தது போலவே ஓடிப் போகவில்லை. கல்லறைத் தோட்டத்தில் இருப்பது தெரிந்தது. அவள் வலியோடு அதே இடத்தில் படுத்துக்கொண்டாள்.

உடலெங்கும் காமம் கொந்தளித்துக்கொண்டிருந்தது. சில வேளைகளில் உலையில் தண்ணீர் இப்படித்தான் கொதித்துக்கொண்டிருக்கும். அவள் பார்த்திருக்கிறாள். ஏனோ அவனைக் கடித்து தின்றுவிட வேண்டும் போலிருந்தது. அவள் எழுந்து கல்லறையை நோக்கி நடந்து போக விரும்பினாள். ஒருவேளை அவளது சப்தம் கேட்டு அவன் ஓடிப்போய்விட்டால் என்ற பயம் உருவானது. அவனே தன்னைத் தேடி வரக்கூடும் என்று நம்பினாள்.

விடிகாலை வரை அவன் வரவேயில்லை. வலி தாங்கமுடியாமல் கிளாரிந்தா அரற்றினாள். விடிவதற்கான வெளிச்சம் வானில் கசியத் துவங்கும்போது அவன் கிளாரிந்தாவின் வீட்டைத் தேடி வந்தான். அவள் உறங்குவது போலவே படுத்துக்கிடந்தாள். தயங்கி தயங்கி அருகில் வந்து அவள் உயிரோடு இருக்கிறாளா என்று பார்த்தான். பிறகு பயத்தோடு அவள் வீட்டில் ஏதாவது சாப்பிட கிடைக்குமா

என்று தேடினான். கிளாரிந்தா எழுந்து கொண்டாள்.

அவனை அப்போதே கொன்றுவிட வேண்டும் போலிருந்தது. அவள் கிணற்றில் விழுந்த பொருட்களை எடுக்கும் குறண்டியை இருட்டிற்குள்ளாகவே தவழ்ந்து தேடி எடுத்தாள். அவன் மண்கலயங்களில் கைவிட்டுத் தேடிக் கொண்டிருப்பது தெரிந்தது. குறண்டிகைக்கு வந்தவுடன் அவள் எழுந்து கொண்டாள். திருடன் அவள் நிற்பதைக் கண்டுச் சிரித்தான். பதிலுக்கு கிளாரிந்தாவும் சிரித்தாள். பிறகு அவள் யோசிக்கவேயில்லை. குறண்டியை அவனது குரல் வளையை நோக்கி வீசினாள்.

இறந்து கிடந்த திருடனை என்ன செய்வது என்று ஊர்க்காரர்கள் பார்த்துக்கொண்டேயிருந்தார்கள். கிளாரிந்தா அவன் தன் வீட்டின் முன்னால் வந்து எப்படி இறந்தான் என்று புரியாதவள் போல் நின்று கொண்டேயிருந்தாள். அவன் யார், எங்கிருந்து வந்தான், அவனது இறப்பைப் பற்றி யாருக்குத் தகவல் தர வேண்டும் என்ற எந்தத் தடயமும் இல்லை. தேவாலயத்தில் இருந்து வந்த பாதிரி அதை ஊரின் பழைய கண்மாயைத் தாண்டிய இடுகாட்டில் புதைத்துவிட வேண்டியதுதான் என்று சொன்னார்.

கிளாரிந்தா அதற்குத் தலையாட்டினாள். அவன் உடல் அப்படியே புதைக்கப்பட்டது. இது நடந்த மூன்றாம் நாளில் கிளாரிந்தா குளித்து தலைசீவி நிறைய பூ வைத்து ஜெபராணி வீட்டில் கேட்டு வாங்கிய புள்ளியிட்ட சேலையுடன் வேறு பெண்ணைப் போல தேவாலயத்தில் பிரார்த்திக்கச் சென்றாள். கோவில் மணி அடிப்பவன் அவள் புதுப்பெண்ணை போல இருக்கிறாள் என்று கேலி செய்தான். என்னை யார் கட்டிக்கொள்ளப்போகிறார்கள் என்றபடியே முக்காட்டைத் திருத்திக்கொண்டு அவள் மண்டியிட்டு அழுதாள். இது நடந்த ஒருவாரத்தின் பின்பு இம்மானுவேல் என்ற மனைவியை இழந்த வயதான சாயங்காய்ச்சுபவனை கிளாரிந்தா கட்டிக்கொண்டாள். பின்பு அவள் தன் வாழ்நாளில் திருடனை ஒருபோதும் நினைவு கொள்ளவேயில்லை.

பெரிய வார்த்தை

சேலத்தில் ரயில் ஏறும்போதே அம்மா சொல்லியிருந்தாள். தாத்தா வீட்டிற்குப் போனதும் அவன் யாரோடும் ஒரு வார்த்தை கூட பேசக்கூடாது. அம்மா சொல்கின்ற எல்லாவற்றிற்கும் தலையை மட்டும் ஆட்டவேண்டும். அங்கே எது கொடுத்தாலும் சாப்பிடக்கூடாது என்று. வரதன் தலையை ஆட்டிக்கொண்டான்.

அப்பா இறந்து போன பிறகு தாத்தா வீட்டிற்கு அவர்கள் போவது குறைந்து போய்விட்டது. ஒரேயொரு முறை அவன் படிப்பதற்காக ஆயிரம் ரூபாய் வாங்கி வரும்படியாக அம்மா அனுப்பி வைத்திருந்தாள். அப்போது அவனுக்குத் துணையாக காசி மாமா வந்திருந்தார். தாத்தா அவன் கேட்ட பணத்தைக் கொடுக்கவில்லை. ஆனால் அவனுக்குப் பச்சை நிறத்தில் ஒருடவுசரும், கோடு போட்ட சட்டையும் வாங்கித் தந்து கைச் செலவிற்கு ஐம்பது ரூபாய் பணம் தந்து திருப்பி அனுப்பிவைத்தார். அம்மா இரண்டு மூன்று நாட்களுக்குத் தாத்தாவைத் திட்டிக்கொண்டேயிருந்தாள். பிறகு அவர்கள் தாத்தா ஊருக்குப் போகவேயில்லை.

தாத்தா வீடு ஸ்ரீவில்லிபுத்தூரின் மடவார் வளாகம் அருகில் இருந்தது. அப்பா இருந்தவரை அவர்கள் கோடை விடுமுறையில் ஒருவாரம் அங்கே வந்து போவார்கள். தாத்தாவின் வீடு பெரியது. முகப்பில் இரண்டு யானைகள் மாலையோடு நிற்பது போன்ற சிலையிருக்கும். பெரிய

மாடியிருந்தது. அங்கிருந்து பார்த்தால் கோவில் கோபுரம் கையில் தொடுவதைப் போல் அருகாமையில் தெரியும்.

தாத்தாவிற்குச் சொந்தமான தணிகை இரும்புக்கடை தேரடி போகின்ற வழியில் இருந்தது. அங்கே ஆறேழு பேர் வேலை பார்த்தார்கள். தாத்தா ஒரு காலத்தில் அம்பாசிடர் கார் வைத்திருந்தாராம். அதை விற்றுவிட்டார் இப்போது எங்காவது போகவேண்டும் என்றால் குதிரை வண்டியில் போய்வருவார்.

அப்பா ஏன் இந்தத் தொழிலை விட்டுவிட்டு லாரி டிரைவராக வேலை செய்யப் போனார் என்று வரதனுக்கு வியப்பாக இருக்கும். ஒரேயொரு முறை ஆண்டாள் திருக்கல்யாணம் பார்க்க அவனையும் அம்மாவையும் அழைத்துக் கொண்டு வந்தபோது அப்பா ஒரு கடையைக் காட்டி, அங்கே தான் ஒருகாலத்தில் ஐஸ் கம்பெனி ஒன்று துவங்கியதாகவும் அது சரியாக நடக்கவில்லை என்றும் சொன்னார்.

அந்த இடத்தை அம்மா நெடுநேரம் பார்த்துக் கொண்டேயிருந்தாள். அவளை அறியாமல் கண்கள் கலங்கியது. சேலையின் முந்தானையில் கண்ணைத் துடைத்துக்கொண்டு அப்படியே இருந்திருக்கலாம் என்று சொன்னாள். அப்பா பதில் பேசவேயில்லை. அம்மாவும் வரதனும் சேலத்தில் இருந்தார்கள். அதுதான் அம்மாவின் சொந்த ஊர். அப்பா லாரி டிரைவராக வந்தபோது அம்மாவைச் சந்தித்து திருமணம் செய்து கொண்டுவிட்டார். அவர்கள் ஒரு காலனி வீட்டில் குடியிருந்தார்கள். அதற்குள் பதினாறு வீடுகள் இருந்தன. அம்மா நூற்பாலை ஒன்றில் வேலைக்குப் போய்க் கொண்டிருந்தாள். வரதன் பள்ளியில் ஆறாம் வகுப்பை இந்த வருடம் தான் முடித்திருந்தான்.

வரதனுக்கு தாத்தா வீட்டிற்குப் போவது என்றால் பிடிக்கும். பகல் முழுவதும் சாப்பிட ஏதாவது தின்பண்டங்கள் தந்தபடியே இருப்பார்கள். கோழி குழம்பும் பரோட்டாவும் தினசரி இரவில் சாப்பிடக் கிடைக்கும். சைக்கிள் ஓட்டுவதற்கு என்று தனியாக வீட்டின் பின்னால் இடமிருந்தது. அதை விடவும் சினிமா தியேட்டர் வைத்திருப்பவர் தாத்தாவின் நண்பர் என்பதால் டிக்கெட் கேட்கவே மாட்டார்கள். அப்பா அவனைத் தாத்தா வீட்டில் விட்டுவிட்டு ஊருக்குப் போய்விடுவார். அம்மா பெரும்பாலும் வரவேமாட்டாள்.

எஸ்.ராமகிருஷ்ணன்

வந்தால் கூட மறுநாளே கிளம்பிப் போய்விடுவாள். வீட்டில் இருந்த தண்டபாணி சித்தப்பா மற்றும் மணி சித்தப்பா இருவரும் அவனைப் பாசத்துடன் நடத்துவார்கள்.

அவர்கள் பிள்ளைகளுடன் விளையாடுவான். எப்போதாவது சிவகிரியில் வசிக்கும் வள்ளி அத்தை தன் பிள்ளைகளுடன் வருவாள். தாத்தா வீட்டின் நடுவில் பெரிய ஊஞ்சலிருந்தது. அதில் ஏறி ஆடுவதற்குப் பெரிய போட்டியே நடக்கும். தாத்தா வீட்டில்தான் வரதன் முதன்முறையாக போனில் பேசினான். அதுவும் சேலத்தில் உள்ள அப்பாவிற்கு அவனாக லாரி கம்பெனிக்கு போன் செய்து பேசினான். தாத்தா அதற்காக அவனைத் திட்டவேயில்லை. விடுமுறை நாளில் தினசரி அவர்கள் குளிப்பதற்காக அருகாமையில் உள்ள மலையில் உள்ள சிறிய அருவிக்குப் போய் வருவார்கள். சைக்கிளில்தான் போக வேண்டும். மணி சித்தப்பா வரதனைப் பின்னாடி உட்கார வைத்துக்கொண்டு சைக்கிளை ஓட்டுவார். வழி முழுவதும் அவனிடம் சேலத்தைப் பற்றி கேட்டுக்கொண்டே வருவார். அப்பாவும் அம்மாவும் அடிக்கடி சண்டை போடுவார்களா என்று ஒவ்வொரு தடவையும் மணி சித்தப்பா கேட்பார். வரதன் ஆதங்கமான குரலில் அம்மா அடிவாங்கி அழுதிருக்கிறாள். ஒரு தடவை அவளது இடது கை ஒடிந்து கூடப் போயிருக்கிறது என்பான்.

வரதன் ஊருக்குக் கிளம்பும் நாளில் ஒவ்வொரு சித்தப்பாவும் ஆளுக்கு ஐம்பது ரூபாய் அவனுக்குச் செலவிற்குத் தருவார்கள். தாத்தா காலில் விழுந்து ஆசிர்வாதம் வாங்குவான். அவர் நெற்றியில் திருநீறு பூசிவிட்டு அவனுக்கு நூறு ரூபாய் பணம் தருவார். அத்தனையும் பேருந்தில் ஏறியதும் அப்பா வாங்கி வைத்துக்கொள்வார். ஊருக்குப் போய் கேட்டால் கூட திருப்பித் தரமாட்டார். இது எல்லா வருடமும் தவறாமல் நடந்திருக்கிறது.

அப்பா சாலை விபத்தில் இறந்து போனபோது அவர் உடலை ஸ்ரீவில்லிபுத்தூருக்குக் கொண்டுபோக வேண்டும் என்று தண்டபாணி சித்தப்பா சொன்னார். தாத்தா வேண்டாம் என்று சேலத்திலே அடக்கம் பண்ணிவிடச் சொல்லி விட்டார். அது ஒரு சூழ்ச்சி என்று அம்மா சொல்லிச் சொல்லி அழுதாள். அதில் என்ன சூழ்ச்சியிருக்கிறது என்று வரதனுக்குப் புரியவேயில்லை. ஆனால் அப்பா இறந்த மறுநாள் தாத்தா அம்மாவைத் தனியே அழைத்து ஏதோ கோபமாகத் திட்டிக்கொண்டிருப்பதை வரதன் கேட்டான்.

அம்மா கையெடுத்துக்கும்பிட்டு அழுதபடியே தலையில் அடித்துக்கொண்டிருந்தாள். வரதன் அந்தப் பக்கம் வந்தபோது அவனைப் போகக் கூடாது என்று விரட்டி விட்டார்கள். அதன்பிறகு அவர்கள் தாத்தாவை பார்க்கவேயில்லை.

ஆறுமாதங்களுக்கு முன்னால் தாத்தா சிறுநீரகம் பாதிக்கப்பட்டு மீனாட்சி மருத்துவமனையில் அனுமதிக்கப்பட்டிருக்கிறார் என்று போய் பார்த்து வருவதற்காக அம்மாவும் அவனும் கிளம்பினார்கள். அம்மா போன் செய்து எப்படி வரவேண்டும் என்ற விபரம் கேட்டபோது, மணி சித்தப்பா அன்றே தாத்தாவை சென்னையில் உள்ள மருத்துவமனைக்குக் கொண்டுபோக இருப்பதால் அவர்கள் தாத்தா ஸ்ரீவில்லிபுத்தூர் திரும்பிய பிறகு வந்து பார்த்தால் போதும் என்று தடுத்துவிட்டார். அதன்பிறகு அவர்கள் ஊருக்குக் கிளம்பவேயில்லை.

ஆனால் மூன்று நாட்களுக்கு முன்பு மணி சித்தப்பாவின் கடிதம் கிடைத்தவுடன் அம்மா ஊருக்குப் போவது என்று முடிவு செய்து அதற்காகப் பெத்தாச்சி வீட்டில் ஐநூறு ரூபாய் கடனும் வாங்கி வைத்துக்கொண்டாள். தாத்தா ஊருக்குப் போகப் போகிறோம் என்பது வரதனுக்கு சந்தோஷமாக இருந்தது. ரயிலில் விருதுநகர் வந்து இறங்கும் வரை அம்மா இயல்பாகவே இருந்தாள். அவர்கள் ரயிலில் விற்பனை செய்த சமோசா வாங்கிச் சாப்பிட்டார்கள். ஓடும் மரங்களை எண்ணிக்கொண்டே வந்தான் வரதன்.

விருதுநகரில் ரயிலை விட்டு இறங்கிப் பேருந்து நிலையம் வரை நடந்து, அங்கிருந்து ஸ்ரீவில்லிபுத்தூர் செல்லும் பேருந்தில் ஏறி உட்கார்ந்து கொண்டார்கள். அம்மாவின் முகம் மாறத் துவங்கியிருப்பதை வரதன் கண்டான். பேருந்து பனிரெண்டரை மணி அளவில் ஸ்ரீவில்லிபுத்தூரில் போய் நின்றது. அவர்கள் காய்கறி மார்க்கெட் வழியாக நுழைந்து நடக்கத் துவங்கிய போது அம்மா தன் முக்காடு போட்டுக் கொண்டாள். அவன் கையை இறுக்கமாகப் பிடித்தபடியே நடந்தாள்.

தாத்தா வீட்டின் வாசலில் நிறைய செருப்புகள் கிடந்தன. யாரோ வந்திருக்கிறார்கள் போல என்றபடியே அவன் தயங்கித் தயங்கி உள்ளே நடந்தான். மணி சித்தப்பா உள்ளே கத்திக்கொண்டிருந்தார். தாத்தா அவரைக் கேவலமான வசையால் திட்டுவது கேட்டது. மணி சித்தப்பா தானும் கோபத்தில் கத்தினார். வரதனும் அம்மாவும் உள்ளே நுழைந்ததைக் கண்ட தண்டபாணி சித்தப்பா வாங்க என்று

அம்மாவை அழைத்தபடியே ஒதுங்கி நின்றுகொண்டார். தாத்தா ஊஞ்சலில் உட்கார்ந்திருப்பது தெரிந்தது. சட்டையில்லாத உடம்பு. மிகவும் மெலிந்து போனவரை போலிருந்தார். அவரது புருவங்கள் ஊதிப் பெருத்துக் கண்விழி பிதுங்கியிருப்பதைப் போலிருந்தது.

வள்ளி அத்தையும் அவள் கணவரும் ஜமுக்காளம் விரித்து உட்கார்ந்திருந்தார்கள். அன்பு சித்தி, வனிதா சித்தி இருவரும் நின்றுகொண்டிருந்தார்கள். மணி சித்தப்பாவின் மச்சினன் ராமநாதன், அவனது தம்பி ரங்குகூட அங்கே இருந்தார்கள். அரிசிக்கடை வைத்திருக்கும் தாத்தாவின் நண்பர் சௌடையாவும் அங்கேயிருந்தார்.

வரதன் அம்மாவோடு சமையல் அறைக்குப் போனான். ஒரு செம்பில் தண்ணீர் மோந்து கடகடவெனக் குடித்து விட்டு அம்மா அவனிடம், “நீ போய் தாத்தா ஊஞ்சலின் பக்கம் போய் நின்று கொள்” என்றாள். “எதற்கு” என்று கேட்டான்.

“சொன்னதை மட்டும் செய், போடா” என்றபடியே அம்மா அவளும் உள் அறையின் நிலைப்படியைப் பிடித்தபடியே நின்று கொண்டாள். தாத்தா அவளை ஒருமுறை பார்த்துவிட்டு முறைத்துக்கொண்டார். வரதன் அங்கிருந்தவர்களின் முகத்தையே பார்த்துக்கொண்டிருந்தான். கோபமும் ஆத்திரமும் நிரம்பிய முகங்கள். எதற்குச் சண்டையிடுகிறார்கள் என்று புரியவில்லை. ஆறுமுகம் சித்தப்பா மெதுவான குரலில், “இப்படிச் சொன்னா எப்படிய்யா. நீங்க தானே பாகம் பிரிக்கலாம்னு எல்லாரையும் வரச் சொன்னீங்க” என்று கேட்டார்.

தாத்தா ஆத்திரமான குரலில் “நான் இன்னும் செத்துப் போகலை. என்னைச் சுடுகாட்ல வச்சி எரிச்சிட்டு அப்புறம் நீங்க ஒருத்தனை ஒருத்தன் அடிச்சி சண்டை போட்டு சொத்தை எடுத்துட்டுப் போங்க” என்றார்

இதைக் கேட்டதும் மணி சித்தப்பா ஆவேசமாகி, “நீங்க சாகுறதுக்குள்ளே நாங்க செத்துப் போயிருவோம். சும்மா இதையே சொல்லி மிரட்டாதீங்கய்யா. பிரிக்கிற சொத்தை இப்பவே பிரிச்சிக் குடுத்திருங்க” என்றார். உடனே அவரது மச்சினன்களும் “அதான் முறை” என்று ஒத்து ஊதினார்கள்.

வள்ளி அத்தை குறுக்கிட்டு, “நான் ஒத்தை பொம்பளை பிள்ளை. கல்யாணத்துக்குத்தான் நீங்க சரியா செய்யலை.

சொத்துலயாவது இந்த வீட்டை எனக்கு விட்டுக் கொடுத்துருங்க" என்று சொன்னாள்.

அதைக் கேட்ட வனிதா சித்தி, "நாங்களும் பொம்பளை பிள்ளை வச்சிருக்கோம். வீடு இல்லாம நாங்க தெருவிலயா நிக்கிறது" என்றாள்.

உடனே அன்பு சித்தி "வீடும் இரும்புக்கடையும் எங்களுக்கு வேணும். மத்த எதை வேணும்னாலும் நீங்க யாரு வேணும்னாலும் பிரிச்சி எடுத்துக்கோங்க. இதில் தலையிட்டீங்க, அப்புறம் வாய்க்கு வந்தபடி பேச வேண்டியதாகப் போயிரும்" என்றாள்.

தாத்தா அவளையும் முறைத்தார். உடனே அன்பு சித்தி "உங்க முறைப்பை எல்லாம் உங்க பிள்ளைகளோட நிறுத்திக் கோங்க. ஆஸ்பத்திரியில் பத்து நாள் நீங்க முடியாம படுத்துக்கிடந்தப்ப, பீ மோத்திரம் அள்ளிப் போட்டது நான்தான். அந்த நன்றி விசுவாசம் கொஞ்சமாவது இருக்கட்டும்" என்றாள்.

உடனே மணி சித்தப்பா "இப்படி சொல்லி சொல்லித்தானே அவர் சொத்தைப் பாதி திருடிக்கிட்டீங்க. செண்பகத் தோப்பு போற வழியில் நீங்க அஞ்சு பிளாட் வாங்கி போட்டு இருக்கீங்களே அந்தப் பணம் எங்கிருந்து வந்துச்சி. எங்கய்யா சம்பாதிச்சதுதானே" என்றார். உடனே தண்டபாணி சித்தப்பா கோபத்துடன் "ஏன்டா நீ கூடதான் திருத்தங்கல்ல ஆப்செட் பிரஸ் வாங்கியிருக்கே. அதுக்கு எங்க இருந்து வந்துச்சி பணம். உன் பொண்டாட்டியா கொண்டுவந்து கொடுத்தா. இரும்புக் கடை கொள்முதல் பணத்தில் திருடுனது தானடா" என்றார்.

அதைக் கேட்ட வனிதா சித்தி "ஏங்க, உங்க அண்ணன் என்ன பேச்சு பேசுறார் பாத்தீங்களா. நாம் திருடுனமாம். நீங்க உழைச்ச உழைப்புக்கு இந்தப் பேச்சை கேட்டுட்டு எதுக்கு நிக்குறீங்க. நாக்கைப் பிடுங்கிட்டு சாக வேண்டியது தானே. மானங்கெட்ட குடும்பத்தில வந்து வாக்கப்பட்டு நான்தான் அவமானப்பட்டு நிக்கிறேன்" என்றாள்.

தாத்தா ஆவேசமாகி அடிக்க எழுந்தவரைப் போல துள்ளியபடியே "இந்தா நிறுத்தும்மா. வாய்க்கு வந்தபடி பேசிக்கிட்டு இருக்கே. உன் வண்டவாளம் எனக்குத் தெரியாது. உங்க அப்பன் என்ன பெரிய கலெக்டரா. பருத்திப்பால் விக்கிற பயதானே. எப்படி வந்துச்சி இத்தனை பவுன் நகை நட்டு. எல்லாம் எங்களுக்குத் தெரியும்" என்றார்.

அதைக் கேட்ட வனிதா சித்தி ஓங்காரமாக அழத்துவங்கினாள். தண்டபாணி சித்தப்பா அந்த அழுகையைக் கேலி செய்து "நல்லா புருஷனும் பொண்டாட்டியும் சேர்ந்துகிட்டு நடிக்கிறாங்க" என்றார். மறுநிமிடம் மணி சித்தப்பா பாய்ந்து தண்டபாணி சித்தப்பாவைத் தள்ளி மேலேறி உட்கார்ந்து முகத்தில் அடித்துக்கொண்டிருப்பது தெரிந்தது. தண்டபாணி சித்தப்பாவின் மூத்த மகன் சமையற்கட்டிற்குள் ஓடிப்போய் பருப்புக் கடையும் மத்தை எடுத்துவந்து மணி சித்தப்பாவின் முதுகில் அடித்தான். மறு நிமிடம் மணி சித்தப்பாவின் மச்சினன்கள் ஒன்று சேர்ந்து அவனை மாறிமாறி அடித்தனர். ஒருவர் மீது மற்றவர் தாவி வயிற்றைப் பிடித்துக் குத்தி தலைமயிரைப் கொத்தாகப் பற்றி உருண்டு கொண்டிருந்தனர்.

தன் வயதை மறந்து தண்டபாணி சித்தப்பா பெருங்குரல் எடுத்து அழுதார். அவரது மனைவியான அன்பு சித்திகூட சேர்ந்து அழுதாள். மணி சித்தப்பாவை இழுத்துக்கொண்டு போனார்கள். தாத்தா தலையில் அடித்துக்கொண்டு எழுந்து போக முயன்றார். அவரை போகவிடாமல் வள்ளி அத்தை காலை பிடித்துக்கொண்டாள். தாத்தாவின் நண்பன் ரான சௌடையா அவர்களைச் சமாதானப்படுத்தி மறுபடி பேச்சுவார்த்தை துவங்க ஏற்பாடு செய்து கொண்டிருந்தார். வரதன் பயத்தோடு அவர்களைப் பார்த்துக்கொண்டிருந்தான். இப்படி ஆவேசமாக ஒருவர் மீது ஒருவர் ஏறி உட்கார்ந்து கொண்டு அடித்துக்கொள்வதை அவன் ஒருபோதும் பார்த்ததேயில்லை. யாரோ தெரியாத மனிதர்களைப் போலவே அவர்கள் மாறியிருந்தார்கள்.

வரதன் அம்மாவைத் திரும்பி பார்த்தான். அமைதியாக அத்தனையும் பார்த்துக்கொண்டிருந்தாள். மணி சித்தப்பா குடிப்பதற்காக ஒரு பிளாஸ்டிக் ஜக்கில் தண்ணீர் கொண்டு வந்து தந்தார்கள். தாத்தா மறுபடியும் ஊஞ்சலில் வந்து உட்கார்ந்து கொண்டார். அடி வாங்கியதில் தண்டபாணி சித்தப்பாவின் கண் கலங்கிப் போயிருந்தது. சௌடையா தாத்தா காதில் ஏதோ ரகசியமாகப் பேசுவது கேட்டது.

பிறகு கலக்கமான குரலில் தாத்தா "இவ்வளவு நடந்து போச்சி. இனிமே எதுக்கு இந்த சொத்து, நானே பிரிச்சிக் குடுத்துர்றேன்" என்றபடியே "நான் சொல்றது உங்க எல்லாருக்கும் சம்மதம்னா, மேற்கொண்டு பேசுவோம். இல்லை. கோர்ட்டில வச்சி பாத்துக்கிடலாம்" என்றார். எல்லோரும்

தலையாட்டினார்கள். அம்மா வரதனைப் பார்த்துப் பேசும் படியாகத் தலையாட்டினாள்.

அவனுக்குப் பேச்சு வரவேயில்லை. முந்திய நாள் இரவில் அம்மா பலமுறை இதை அவனிடம் சொல்லி கொடுத்திருந்தாள். “எங்கப்பா சொத்து எனக்கு வேணும்” என்று நான்கு வார்த்தைகள் அவன் பேச வேண்டும். அந்த நாலு வார்த்தைகளை இப்போது அவனால் பேசமுடியவில்லை. தொண்டையை யாரோ கையால் இறுக்கிப் பிடித்துக் கொண்டது போலிருந்தது. கைகள் நடுங்கின.

அவன் செய்வதறியாமல் விழித்தான். அம்மா அவனை முறைத்தபடியே “என் வீட்டுக்காரரும் உங்க பிள்ளைதான்” என்று சொன்னாள்.

உடனே தாத்தா “அதான், அவனை வளைச்சிப் போட்டு கொன்னுட்டீல்லே. இப்போ சொத்துல வேற உனக்குப் பங்கு வேணுமாக்கும்” என்றார்.

“அதுக்காக நாங்க தெருவுலயா நிக்கிறது” என்று அம்மாவும் ஆத்திரத்துடன் கேட்டாள்.

உடனே தாத்தா ஆவேசமாகித் “தெருவில் ரெண்டு ரூபாய்க்குப் போற வர்றவன்கிட்டே முந்தி விரிச்சவதானடி நீ. உன் கதையை நாங்க தெரியாம இல்ல. என் பிள்ளையை மடக்கிப் போட்டுட்டு நீ ஊர்மேய்ஞ்சிகிட்டுத் திரிஞ்சே. அந்த வேதனையில் அவன் செத்துப் போயிட்டான்” என்றார்.

அம்மா கட்டுப்படுத்த முடியாத அழுகையுடன் “மாமா, பெரிய வார்த்தையெல்லாம் பேசாதீங்க. என்னாலே ஒண்ணும் உங்க பிள்ளை சாகல. அவரு டி. பி. வந்து செத்துப் போயிட்டாரு” என்றாள்.

தாத்தா ஆத்திரத்துடன் “என்னடி மாமா மயிருன்னுக் கிட்டு. நானா பொண்ணு கேட்டு வந்து உன்னைக் கட்டி வச்சேன். ஏதோ என் பையன் உன்கூட வாழுறான்னேனு இத்தனை நாள் வாயை மூடிக்கிட்டு இருந்தேன். இப்போ அவனும் செத்து சுடுகாடு போயாச்சில்லே. இனிமே உன்னைக் கேட்க யார் இருக்கா. அதான், ஊரெல்லாம் உனக்குக் கள்ளபுருஷன்தானே. அவங்க யார்கிட்டேயாவது போயி சொத்தைக் கேளு” என்றார்.

அம்மா அவர் காலில் விழுவதற்காக முயன்றாள். அவர் காலைத் தூக்கி வைத்துக்கொண்டார். பிறகு வரதனைக் காட்டி

“இவன் என் பிள்ளைக்குப் பொறந்தவன் தானா இல்லை, இதுவும் ஊரானுக்குப் பொறந்ததா” என்று கேட்டார்.

வரதன் தாத்தாவை முறைத்தபடியே “எங்கப்பா சொத்து எனக்கு வேணும்” என்று சொன்னான். அவன் கன்னத்தோடு அறை விழுந்தது. பொறி கலங்கிப் போய் அவன் வலியில் கன்னத்தைத் தடவி விட்டுக்கொண்டான். தாத்தா கோபமான குரலில் “சொல்லிவச்சி கூட்டுட்டு வந்திருக்கியா” என்று கேட்டார். அன்பு சித்தியும் வனிதா சித்தியும் ஒன்று சேர்ந்து கொண்டு அம்மாவைத் திட்டினார்கள். மணி சித்தப்பா மட்டும் “அதற்காக அவன் எங்க அண்ணன் இல்லைனு ஆகிறாது. அவனுக்கும் சொத்துல் பங்கு கொடுத்துதான் ஆகணும்” என்றார்.

உடனே தாத்தா “ஏன்டா நீ இவளை வச்சிருக்கியா” என்று கேட்டார். மணி சித்தப்பா பாய்ந்து தாத்தாவின் மீது ஓங்கி ஒரு அறை விட்டார். தாத்தா ஊஞ்சலில் இருந்து அப்படியே பின்னால் சாய்ந்து விழுந்தார். முதுகில் நல்ல அடி. தாத்தாவை தூக்குவதற்காக வள்ளி அத்தையின் கணவர் வேகமாக வந்தார்.

தாத்தா வலி தாங்க முடியாமல் அப்படியே கிடந்தார். சௌடையா மணி சித்தப்பாவை திட்டிக்கொண்டிருப்பது கேட்டது. தாத்தா கையை ஊன்றி எழுந்து தன் அறைக்குள் போய்விட்டார். தண்டபாணி சித்தப்பாவும் அவர் பிள்ளைகளும் மாடிக்குப் போகத் துவங்கினார்கள். வரதன் அங்கேயே நின்றுகொண்டிருந்தான்.

மணி சித்தப்பா வகையறாக்களும் வள்ளி அத்தையும் சமையல் அறைக்குள் போய் பேசத் துவங்கினார்கள். அம்மா அதே இடத்தில் நின்றுகொண்டிருந்தாள். நமக்குச் சொத்து வேண்டாம். ஊருக்குப் போய்விடலாம் என்று சொல்ல வேண்டும் போலிருந்தது. அம்மா ஆங்காரத்துடன் இருந்தாள். வீடு அமைதியாக துவங்கியது.

வரதன் ஜன்னல் வழியாக சாலையைப் பார்த்தான். வெளியே இரண்டு சிறுவர்கள் சைக்கிள் ஓட்டிக்கொண்டிருந்தார்கள். கோவில் கோபுரத்தில் இருந்த சிலைகள் தெரிந்தன. சைக்கிள் ஓட்டும் சிறுவர்கள் அவனது நண்பர்களே. அவன் வந்திருப்பது தெரிந்தால் சந்தோசப்படுவார்கள். குப்பைத்தொட்டியின் அருகில் ஒரு கோவில் மாடு காகிதத்தைத் தின்றுகொண்டிருந்தது. அம்மா ஊஞ்சலையே வெறித்துப் பார்த்துக்கொண்டிருந்தாள்.

பத்து நிமிடங்களுக்குப் பிறகு வள்ளி அத்தை சமையல் அறையில் இருந்து நாலைந்து சில்வர்டம்ளர்களில் கடுங்காப்பி கொண்டுவந்து அம்மாவிடமும் அவனிடமும் நீட்டினாள்.

அம்மா எடுத்துக்கொண்டாள். வரதனும் வாங்கிக் கொண்டான். மணி ரண்டைத் தாண்டியிருந்தது. அவனுக்குப் பசித்தது. காலையில் சேலத்தில் சாப்பிட்டது. வழியில் ஒரு சமோசா மட்டுமே ரயிலில் சாப்பிட்டார்கள். ஆகவே கடுங்காபியை அவன் சூட்டோடு குடிக்க ஆரம்பித்தான். தாத்தாவிற்கு ஒத்தடம் வைப்பதற்காக ஒரு அலுமினியப் பாத்திரத்தில் வெந்நீர் வைத்து அன்பு சித்தி கொண்டு போனாள்.

மணி சித்தப்பா உள்ளே இருந்து வெளியே வந்து டிவி. பார்க்கத் துவங்கினார். தண்டபாணி சித்தப்பா கீழே இறங்கிவந்து அவரை வெளியே அழைத்துக்கொண்டு போவது தெரிந்தது. சௌடையா தன்னுடைய வீட்டில் போய் சாப்பிட்டுவிட்டு மாலை வருவதாகச் சொல்லிக் கிளம்பிப் போனார். வரதன் அம்மாவின் அருகில் போய் நின்றுகொண்டான். அம்மாவின் முகத்தை ஏறிட்டு காணப் பயமாக இருந்தது. அம்மாவும் அவனும் ஊஞ்சல் அருகிலே உட்கார்ந்து கொண்டார்கள். சமையற்கட்டில் வனிதா சித்தியும் வள்ளி அத்தையும் படுத்துக்கொண்டார்கள். நடந்த கொந்தளிப்பின் சுவடேயில்லாமல் வீடு அமைதியாகியது.

பின்மதியத்தின் அலுப்பு படரத் துவங்கியது. மாலை வரை அவர்கள் அப்படியே இருந்தார்கள். ஐந்து மணிக்கு தாத்தா குளித்துவிட்டு திருநீறு பூசியபடியே கோவிலில் போய் சாமி கும்பிட்டு வரக் கிளம்பினார். அவர் வெளியே போன பத்து நிமிடத்திற்குப் பிறகு தண்டபாணி சித்தப்பாவும் மணி சித்தப்பாவும் கடையில் இருந்து சூடாக பஜ்ஜி வாங்கிக் கொண்டு வந்திருந்தார்கள். வரதனுக்கும் பஜ்ஜி கிடைத்தது.

தண்டபாணி சித்தப்பா அவன் என்ன படிக்கிறான் என்று கேட்டுக்கொண்டிருந்தார். ஏழாம் வகுப்பு என்று சொன்னான் வரதன்.

அம்மாவிடம் ஒருவரும் ஒரு வார்த்தை பேசவேயில்லை. ஆறு மணிக்கு தாத்தா வீடு திரும்பினார். வள்ளி அத்தை மற்றும் சித்தப்பாக்கள் யாவரும் தாத்தாவின் அறைக்குள் போய்க் கதவை மூடிக்கொண்டார்கள். வீட்டில் விளக்குகள்

எரியத் துவங்கின. வெளியே விளையாடப் போகலாமா என்று யோசித்தபடியே இருந்தான் வரதன். எங்கோ பறவைகள் சப்தமிடுவது கேட்டது. இரவு ஒன்பது மணி அளவில் மணி சித்தப்பா வெளியே வந்து அம்மாவிடம் சொத்து பிரிப்பது தொடர்பாக அடுத்த வருடம் முடிவு செய்து கொள்ளலாம் என்றும், இப்போதைக்கு அவன் இரும்புக்கடையையும் தண்டபாணி மற்ற சொத்துகளையும் பராமரித்துப் பார்த்துக் கொள்ளும்படியாகவும், வள்ளி, அத்தைக்கு வீட்டு வாடகைகள் வாங்கிக்கொள்ள உரிமை தந்துவிட்டதாகவும் தெரிவித்தார். அம்மா "என் பிள்ளைக்கு" என்று கேட்டாள்.

"நீங்க கேட்டமாதிரியே படிக்க வருஷம் ஆயிரம் ரூபாய் தந்துடறோம். அண்ணனுக்காக அழகாபுரி பக்கத்தில் ஒரு பிளாட் விட்டுக் கொடுக்குறோம். பின்னாடி நீங்க எப்பாவது அதுல ஒரு வீடு கட்டிக் குடியிருந்துகிடலாம்" என்றார்.

அம்மா "ரொம்ப அநியாயமா இருக்கு" என்று ஆதங்கமாகச் சொன்னாள். "நான் எவ்வளவோ பேசிப் பாத்துட்டேன். பெரியவர் அதுக்கு மேல பின்னாடி பாத்துக்கிடலாம்னு சொல்றாரு" என்று சொன்னார்.

அம்மா "எங்களுக்குச் சொத்துல எதுவும் வேணாம். எல்லாத்தையும் நீங்களே ஆண்டு அனுபவிங்க" என்று சொல்லிவிட்டு, "நாங்க ஊருக்கு கிளம்புறோம்" என்றாள். தண்டபாணி சித்தப்பாவும் வள்ளி அத்தையும் பரோட்டா, கோழிக்கறி வாங்குவதைப் பற்றிப் பேசிக்கொண்டிருந்தார்கள்.

"இருந்து சாப்பிட்டுக் காலையில் போகலாம். ஒத்தையில் ராத்திரியில் எதுக்கு" என்றார் தண்டபாணி சித்தப்பா.

அம்மா எல்லோருக்கும் கேட்கும்படியாக உரத்த குரலில் "ஊர் மேயுறவளுக்கு எந்த நேரம் போனா என்ன? இனி இங்க யாரு செத்தாலும் நானோ என் பிள்ளையோ வந்து நிக்கமாட்டோம்" என்றபடியே வரதனை இழுத்துக்கொண்டு நடக்கத் துவங்கினாள். யாரும் அவளைத் தடுக்கவில்லை.

இனிமேல் தாத்தா வீட்டிற்கு வரவே மாட்டோமா? வரதனுக்கு வேதனையாக இருந்தது. அம்மாவும் அவனும் இருட்டில் நடந்து கொண்டிருந்தார்கள். மதியத்தில் இருந்து சாப்பிடாமல் இருந்தது பசித்தது. அம்மாவிடம் சொன்னால் அவனை அடிக்கக்கூடும் என்று பேசாமல் நடந்தான். இரவு நேரப் பேருந்துகள் காலியாகப் போய்க்கொண்டிருந்தன. ஓய்ந்து

வெறிச்சோடிப் போன பேருந்து நிலையத்தில் அவர்கள் இரு வரும் மதுரை பஸ்ஸிற்காகக் காத்துக்கொண்டிருந்தார்கள். சொத்தே வேண்டாம் என்றால் எதற்காக நாம் கிளம்பிவந்து இப்படித் திட்டு வாங்கிப் போகவேண்டும் என்று வரதன் நினைத்துக்கொண்டேயிருந்தான். அப்பா இருந்திருந்தால் ஒருவேளை அவர் சண்டையிட்டு இருப்பார்.

அம்மா சிமெண்ட் பெஞ்சில் உட்கார்ந்து தனியே அழுது கொண்டிருப்பது தெரிந்தது. அப்பா இறந்து போனதற்காக வரதனுக்கும் அப்போது அழுகை முட்டியது. அவர்கள் இருவரும் ஒருவரையொருவர் பார்த்தபடியே அழுது கொண்டிருந்தனர்.

நீண்ட நேரத்தின் பிறகு அம்மா "பசிக்கிறது. சாப்பிடலாமா" என்று கேட்டாள். அவன் தலையாட்டினான். சோடியம் விளக்குகள் எரிந்து கொண்டிருந்த தெருவில் நடக்கத் துவங்கினார்கள். பெரும்பான்மை உணவகங்கள் மூடப்பட்டிருந்தன. அம்மா ஏதோ யோசனையோடு "மதுரைக்குப்போய் சாப்பிட்டுக் கொள்ளலாம்" என்றாள். அவன் தலையாட்டிக்கொண்டான்.

பேருந்திற்காகக் காத்திருந்தார்கள். பாதி காலியான பேருந்தில் ஏறி உட்கார்ந்து கொண்டார்கள். வரதன் ஜன்னல் ஓரம் உட்கார்ந்து கொண்டான். பயணத்தில் காற்று வேகமாக இருந்தது. தாத்தாவின் ஊர் கண்ணில் இருந்து மறைந்ததும் அம்மாவின் முகம் மாறத் துவங்கியது. அவள் முக்காடைச் சரி செய்துவிட்டு சாய்ந்து உட்கார்ந்து கொண்டாள்.

வரதனுக்கு அவளிடம் பெரிய வார்த்தை என்றால் என்னவென்று கேட்க வேண்டும் போலிருந்தது. ஆனால் கேட்கவில்லை. அம்மா அவன் கையைப் பிடித்துக்கொண்டு "பயந்துட்டயா" என்று கேட்டாள். ஆமாமென தலையாட்டினான். இப்படி நடக்கும்னு எனக்கு முன்னாடியே தெரியும். என்றபடியே அம்மா பேருந்தில் போட்ட பழைய பாடல் ஒன்றை முணுமுணுக்க ஆரம்பித்தாள். இருளில் மரங்கள் தெளிவற்று ஓடி மறைந்து கொண்டிருந்தன.

இருபது வயதின் அவமானங்கள்

முதல் அவமானம்

கதவை ஏன் பூட்டிக்கொள்கிறாய் என்று தினகரனின் அப்பா தினமும் கோபித்துக்கொள்கிறார். கதவை பூட்டிக் கொள்வதில் என்ன தப்பு. ஏன் அதை அனுமதிக்க மறுக்கிறார். ஒருவேளை அப்படி பூட்டத் தேவையில்லை என்றால் எதற்காக கதவுகள் என்று தினகரன் கத்துவான். அடுத்த கேள்விக்கு அப்பா உடனே தாவிவிடுவார். கதவைப் பூட்டிக் கொண்டு என்ன செய்கிறாய். தினகரன் இதற்கு பதில் சொல்ல மாட்டான். சொன்னால் அவர்கள் பயந்து போய் விடக்கூடும். அவன் பல நேரங்களில் கதவை பூட்டிக்கொண்டு நீலத்திரைப்படங்கள் பார்க்கிறான். சுயமைதுனம் செய்து கொள்கிறான். நிர்வாணமான படங்களை உற்றுப் பார்த்தபடியே இருக்கிறான். சில நேரம் அழுகிறான். சில நேரம் காகிதத்தில் கிறுக்கிக்கொண்டிருப்பான்.

அப்பா இதற்காகவே கம்ப்யூட்டரை அவரது அறைக்கு இடம் மாற்றிவிட்டார். அவனது பிரச்சினை பெண்கள். அதைப் பற்றி அப்பாவிடம் எப்படிப் பேசுவது. அவர் அதை அறிந்தவர்தானே பின்பு எதற்காகக் கோபித்துக்கொள்கிறார். அப்பா அவன் பதில் பேசாமல் இருக்கும்போது அதிகம் கத்துகிறார். நீ உள்ளே என்ன செய்கிறாய் என்று எனக்குத் தெரியும் என்று அடிக்கடி சொல்வார். எப்படி தெரிகிறது. கதவைப் பூட்டிக்கொண்டுதானே இருக்கிறேன். இந்தக் கதவுகள் பொய்யானவையா, அவை வெளியே இருப்பவர்களுக்கு எல்லாவற்றையும் காட்டிக் கொடுத்துவிடுகிறதா?

அப்பா சில நேரம் கதவை ஓங்கித் தட்டி இப்போது திறக்கப் போகிறாயா இல்லையா என்று சப்தமிடுவார். கதவைத் திறக்காமல் படுத்தே கிடப்பான். அப்பா கத்துவது அவனுக்குப் பிடிக்கும். அப்பாவிற்குப் பதில் யாராவது ஒரு இளம் பெண் அந்தக் கதவை தட்டினால் உடனே திறந்து கொண்டுவிடுவேன் என்று அவனுக்குத் தோன்றும். அம்மா கதவைத் தட்டுவதேயில்லை. அவள் அவனது உடைகளைத் துவைக்க எடுத்துச் செல்லும்போது முறைப்பதை கண்டிருக்கிறான். அம்மாவிற்கு அப்பாவை விட அவனை பற்றி அதிகம் தெரிந்திருக்கிறது. உடைகள் பொய் சொல்வதில்லை. அவை காட்டிக் கொடுத்துவிடுகின்றன போலும்.

அப்பா ஆத்திரம் அதிகமாகி ஒரு நாள் கதவின் பூட்டை கழட்டி வெளியே எடுத்துவிட்டார். இனிமேல் நீ கதவைப் பூட்டிக்கொள்ளவே முடியாது என்று கத்தினார். அன்றிரவு ஏதோ வெட்டவெளியில் படுத்திருப்பது போலவே இருந்தது. சில இரவுகளில் அவன் அறையின் கதவை மூடிக்கொண்டிருந்தபோதும் இளம்பெண்கள் அறைக்குள் வந்துவிடுகிறார்கள். சுவரில் இருந்து அவர்கள் பீறிடுகிறார்களோ என்று கூட தோன்றும். அவர்களின் உடல் அவனை அலைக்கழிக்கிறது.

'அப்பா, பிரச்சினை கதவில்லை. பெண்கள்' என்று அவன் கத்த வேண்டும் என்று விரும்பினான். ஆனால் அப்பா அதை ஒருபோதும் புரிந்து கொள்ளமாட்டார். தினகரன் பள்ளியில் படிக்கும் வரை கதவை மூடிக்கொள்ள பயப்படுவான். ஆனால் கல்லூரிக்குப் போன நாளிலிருந்து கதவைத் திறப்பதேயில்லை. அவனுக்கு வாசல் வழியாக உள்ளே வந்து தன் அறைக்குப் போவதுகூட இப்போது கூச்சமாகவே இருக்கிறது. ஏன் நேரடியாகத் தன் அறைக்குள்ளாக வர ஒரு வழி இருக்கக்கூடாது என்று ஏக்கப்படுவான்.

கதவுப் பிரச்சினை நாளுக்கு நாள் வளர்ந்து கொண்டே போனது. அவனுக்கு வீட்டில் இருக்கவே பிடிக்கவில்லை. ஆனால் அவனுக்கு வீட்டைத் தவிர வேறு வழிகள் இல்லை. எங்கேயாவது தங்கிக்கொண்டுவிட்டால் எப்படிப் படிப்பது, எப்படிச் சாப்பிடுவது என்று ஆயிரம் யோசனைகள். அவன் அப்பா இல்லாத வீட்டைப் பற்றி அடிக்கடி கனவு காணத் துவங்கினான். அது சாத்தியமில்லை என்று அவனுக்குத் தெரிய வந்தபோது அழுகையாக வந்தது. இருபது வயதில் அழுவதைத் தவிர வேறு என்ன செய்துவிட முடியும் தினகரனால்?

எஸ்.ராமகிருஷ்ணன்

இரண்டாம் அவமானம்

தினகரனின் அப்பா மாதம் பனிரெண்டு ஆணுறைகளை வாங்கிவருகிறார். அதை அவன் உறங்கிய பிறகு அவர் உப யோகிக்கிறார் என்பது தினகரனுக்குத் தெரியும். அவன் ஒருநாள் அந்த ஆணுறைகளில் ஒன்றைத் திருடி வைத்துக் கொண்டான். அதை அப்பா உடனே கண்டுபிடித்துவிட்டார். அதை எண்ணி வைத்திருக்கிறாரா? ஏன் உடனே தன்னைச் சந்தேகப்பட வேண்டும் என அவனுக்குத் தோன்றியது. அப்பா அதைப் பற்றி எப்பிடி கோபப்படத் துவங்குவார் என்பதற்காகக் காத்துக்கொண்டேயிருந்தான். அப்பா அவனிடம் கேட்கவேயில்லை. மாறாக அவனது அறையில் உள்ள புத்தகங்கள், துணிகள் யாவையும் ஒழுங்காக வைத்துக் கொள்ளப்படவில்லை என்று அறைக்குள் நுழைந்து எல்லாவற்றையும் வெளியே எடுத்துப் போட்டார் அவர் தனது ஆணுறையைத் தேடுகிறார் என்பது தினகரனுக்கு வேடிக் கையாக இருந்தது.

தனது ஜீன்ஸ் பாக்கெட்டில் இருந்து அதை வெளியே எடுத்து இது உங்களுடையதா என்று கேட்கவேண்டும் போல விரும்பினான். அப்பா அப்படி கேட்டால் என்ன ஆவார் என்று யோசிக்கையில் வேடிக்கையாக இருந்தது. அப்பா பொருட்களைத் தேடி சலித்துவிட்டு அறையை விட்டுப் போகும்போது அவன் அந்த ஆணுறையை வெளியே எடுத்து பலூன் போல ஊதிப் பறக்க விட்டான். அவர் அவனை முறைத்தபடியே திருட்டு நாயே என்று செவுளோடு அறைந்தார். அதன்பிறகு அப்பா ஆணுறைகளை ஒளித்து வைக்கத் துவங்கினார். அது அவனுக்குக் கூடுதலான வேடிக்கையாக இருந்தது.

திடீரென அவர் தனது போட்டியாளர் போலவும் அவர் தான் தனது பாலின்பத்திற்குத் தடையாக இருப்பது போலவும் தினகரன் கருதினான். ஆகவே அவர் பாலின்பத்தில் ஈடுபட முடியாதபடி தான் தடைகளை உண்டாக்க வேண்டும் என்று ஆசைப்பட்டான். இதற்காகவே அவன் இரவில் நெடுநேரம் விழித்திருந்தான். நள்ளிரவில் எழுந்து நடந்தான். அப்பா ஒடுங்கிப் போகத் துவங்கினார். அவரது முகம் இறுக்கமடைந்து போனது. அதைக் கண்டு அவன் ஆனந்தம் கொண்டான். பின்பு ஒருநாள் அவர் காரணமேயில்லாமல் அவனைக்

கண்டதும் செருப்பைக் கழட்டி முகத்தோடு அடித்ததற்கு இதுதான் காரணம் என்று அம்மாவிற்கு ஒருபோதும் தெரியாது.

மூன்றாம் அவமானம்

தினகரன் அண்டை வீட்டிற்கு குடி வந்திருக்கும் பெண்ணைக் காதலித்தான். அவளுக்கு அவனை விட பத்து வயது அதிகமாக இருக்கக்கூடும். அவளுக்கு இரண்டு பிள்ளைகள் இருந்தார்கள். அந்த பிள்ளைகளை பள்ளிக்கு அனுப்ப அவள் சாலையில் காத்திருக்கும்போது அவளைப் பார்ப்பதற்காகவே சாலையில் நின்றுகொண்டிருப்பான். அந்த பெண்ணின் கணவன் வங்கியில் பணியாற்றுகிறான். அவள் தன்னைக் கவனிக்கிறாள் என்று தினகரன் முழுமையாக நம்பினான். அவளைப் பார்த்து உதட்டினைக் கடித்தபடியே இருப்பான். வீட்டிற்கு வந்து அவளை நினைத்து சுய இன்பம் செய்து கொள்வான். அவளோடு ஒருமுறைகூட பேசியதே கிடையாது. ஆனால் அவளைப் பார்க்கப் பார்க்க அவள் மீதான காமம் பெருகிக்கொண்டேயிருந்தது. அவள் சில வேளைகளில் ஜன்னலைத் திறந்து வைத்து வெளியே பார்த்துக் கொண்டிருப்பாள்.

அப்போது அவள் கண்ணில் பட வேண்டும் என்றே தினகரன் வேகமாக நடப்பான். அவள் பார்க்கிறாளா என்று அவனுக்குத் தெரியாது. ஒருமுறை அவள் வீட்டின் முன்பு சென்று காலிங் பெல் அடித்து அவளை அழைக்கலாமா என்று நினைத்தான். வாசல் வரை சென்றுவிட்டு பயத்தோடு திரும்பிப் போய்விட்டான். பின்பு ஒருமுறை அவள் மார்க்கெட் போகும்போது பின்னாடியே சென்று அவனும் கேரட் வாங்கி வந்தான். அவளைப் பின்தொடர்வது அவனுக்குப் பிடித்திருந்தது. இப்படி அவள் துணி காயப்போடும்போது, மருந்துக்கடைக்குப் போகையில் என அவன் பின்னாடியே வருவதை அவள் அறிந்தேயிருந்தாள். ஒரேயொருமுறை அவனைப் பார்த்து காறித் துப்பினாள். அதை தினகரன் லட்சியம் செய்யவில்லை. இரண்டு வாரங்களுக்குப் பிறகு ஒரு நாள் குடியிருப்பின் பைக் ஸ்டாண்டில் வைத்து அந்தப் பெண்ணின் கணவன் தினகரனைப் பிடித்து நிறுத்தி கன்னத்தோடு மாறிமாறி அறைந்து அவனைக் கொன்றுவிடுவேன் என்று மிரட்டியதை தினகரன் வீட்டில்

சொல்லவேயில்லை. ஆனால் அந்த பெண்ணின் கணவன் மோதிரம் பட்டு கன்னத்தில் ஏற்பட்ட காயம் மட்டும் வலித்து கொண்டேயிருந்தது.

நூற்றி பதினாறாவது அவமானம்

அவமானத்தைப் பாட்டிலியிடுவதைப் போல் அவமானம் வேறு இருக்கவே முடியாது. ஆனாலும் இருபது வயது அப்படித்தானிருக்கிறது. தினகரன் ஒரு நாள் பேருந்தில் பத்து வயது பள்ளிச்சிறுமி ஒருத்தியை பார்த்தான். அவள் கூட்ட நெரிசலில் தடுமாறிக்கொண்டிருந்தாள். அருகில் அழைத்து தன் மடி மீது உட்கார வைத்துக்கொண்டான். அந்தச் சிறுமி பயத்தோடு உட்கார்ந்துகொண்டாள். அவள் மிக அழகாக இருந்தாள். உன் பெயர் என்னவென்று கேட்டான். அவள் ரேகா என்று சொன்னாள். அவளது கேசம் மிக மென்மையாக இருந்தது. அவள் விரல்கள் மிருதுவாக இருந்தன, ஏனோ அவளை தினகரன் முத்தமிட விரும்பினான். அவளோ தினகரனை வெறுப்பவள் போலவும் வழியில்லாமல் அவன் மடிமீது உட்கார்ந்திருப்பவள் போலவுமிருந்தாள். அந்த முகபாவம் தினகரனை வெறுப்பேற்றியது. அவள் எதிர்பாராமல் திடீரென அவளை முத்தமிட்டான்.

அவள் கத்திக் கூச்சல் போட்டு கன்னத்தில் இருந்து முத்தத்தை அழித்தாள். அது நிச்சயம் காமத்தில் தரப்பட்ட முத்தமில்லை என்று கத்த வேண்டும் போலிருந்தது. ஆனால் அதற்குள் பேருந்தில் இருந்தவர்கள் அவனை மாறிமாறி அடித்தார்கள். பேருந்து நிறுத்தப்பட்டு அவனைக் கீழே இறக்கித் தள்ளி உதைத்தார்கள். அந்தச் சிறுமி சிரித்துக் கொண்டிருப்பது போல் தினகரனுக்குத் தோன்றியது. தினகரன் கத்தவேயில்லை. இரவு வீடு திரும்பி வரும்போது உலகில் உள்ள அத்தனைபேரையும் அவன் வெறுத்தான். தனது இருபது வயது ஏன் ஒரே நாளில் ஐம்பது வயதாக உருமாற மறுக்கிறது என்று ஆத்திரத்துடன் கத்தினான். வீட்டைத் தவிர அப்போதும் அவன் போவதற்கு வேறு இடங்களில்லை.

கிரேக்கத்து முயல்

அந்த முயல் என் வீட்டின் கதவைத் தட்டியபோது பின் மதியமாகியிருந்தது. கதவைத் திறந்தபோது நான் ஒரு வாசகன், உங்களுடன் சில நிமிடங்கள் பேச விரும்புகிறேன். அதற்காக மிகவும் தொலைவில் இருந்து வந்திருக்கிறேன் எனக்களைப்போடு சொன்னது. "எங்கிருந்து வருகிறீர்கள்" என்று கேட்டேன். "கிரேக்கம்" என்றபடியே அது பெருமூச்சிட்டுக்கொண்டது. அவ்வளவு தூரத்திலிருந்து எதற்காக வந்திருக்கிறது என்று புரியாமல், ஏதாவது சாப்பிட வேண்டுமா, என்று கேட்டேன். சற்றுக்களைப்பாக இருப்பதால் பத்து நிமிடங்கள் இப்படியே கண்ணை மூடி ஓய்வு எடுத்துக் கொள்கிறேன். பிறகு பேசலாம் என்று அது மௌனமாக கண்ணை மூடிக்கொண்டது.

நான் வியப்போடு பார்த்துக்கொண்டிருந்தேன். நான் அப்படி ஒரு வாசகரை எதிர்பார்க்கவேயில்லை. என்னைத் தேடி எதற்காக வந்திருக்கக்கூடும். நான் கோடை விடுமுறைக்கு மாநகரிலிருந்து பிள்ளைகளுடன் கிளம்பி சொந்தக் கிராமத்திற்கு வந்தது அதற்கு எப்படித் தெரிந்தது. நான் மின்விசிறியைச் சற்று வேகமாக்கி விட்டு முயலைப் பார்த்துக்கொண்டேயிருந்தேன். கிராமங்களில் நான் பார்த்த வெள்ளை முயல்களைப் போல அதன் தோற்றமில்லை. லேசாக பழுப்பு நிறம் கொண்டிருந்தது. காது கிழிந்த இலை போல் தொங்கிக்கொண்டிருந்தது. சில நிமிடங்களில் முயல் கண்விழித்துக்கொண்டு "தொந்தரவிற்கு மன்னிக்கவும். குழந்தைகள் உறங்கும் நேரத்தில் வந்துவிட்டேன்."

என்று சொன்னது. அதன் பேச்சும், பாவனையும் படித்த முயல் அது என்பதைக் காட்டியது. நான் "பரவாயில்லை. வெளியே போய் உட்கார்ந்து பேசலாம்" என்று வேப்ப மரங்கள் அடர்ந்த பின்பகுதியைக் காட்டினேன்.

பருத்து அடர்ந்த வேப்பமரங்களைக் கண்டபடியே "கிராமங்களில் இன்னமும் மரங்களைக் காண்பது சந்தோஷமாக இருக்கிறது. கடந்த சில மாதங்களாக ஒரு மரத்தைக் கூட நான் காணவேயில்லை. எனது பயணம் முழுவதும் பெருநகரங்களில்தான்" என்றபடியே அது ஒரு இருக்கையில் உட்கார்ந்து கொண்டது. நான் எதிரில் அமர்ந்தபடியே அதைப் பார்த்துக்கொண்டிருந்தேன்

"நான் எதற்காக வந்திருக்கிறேன் என்று கேட்டால் நீங்கள் ஆச்சரியப்படக்கூடும் எஸ்.ராமகிருஷ்ணன்" என்றபடியே முயல் என்னைப் பார்த்தது. நான் அந்தக் கேள்விக்கே ஆச்சரியம் அடைந்துவிட்டேன்.

"நீங்கள் முயல் ஆமை பற்றிய ஈசாப்பின் கதையைப் படித்திருக்கிறீர்களா?" என்று முயல் கேட்டது. "பள்ளி வயதிலே படித்திருக்கிறேன்" என்றேன். "இவ்வளவு காலமாக அதற்கு எதற்காக ஏன் எதையும் நீங்கள் எழுதவேயில்லையே" என்றது. அந்தக் கதையில் என்ன பிரச்சினையிருக்கிறது" என்று கேட்டேன்.

முயல் சற்று உணர்ச்சிவசப்பட்டபடியே "என்ன முட்டாளைப் போல பேசுகிறீர்கள்? அது மொத்த முயல் இனத்தையே அவமானப்படுத்துவதை நீங்கள் உணரவில்லையா?" என்றது. புரியாமல் விழித்தபடியே "ஒரு முயல் சோம்பேறியாகத் தூங்கிவிட்டதால் ஆமை பந்தயத்தில் ஜெயித்துவிடுகிறது. அதில் என்ன அவமானப்பட இருக்கிறது" என்று யோசித்தேன்.

"உங்களுக்கு நடந்த விஷயங்களை மிக விரிவாகச் சொன்னால் மட்டுமே அதன் தீவிரத்தை நீங்கள் புரிந்துகொள்ள முடியும்" என்றபடியே முயல் பேசத் துவங்கியது. "இரண்டாயிரத்து ஐநூறு வருடங்களுக்கு மேலாக இருக்கக்கூடும். அதாவது எனது பலதலைமுறைகளின் முன்பு கிரேக்கத்தில் உள்ள இபோ வனத்தில் நாங்கள் குடியிருந்தோம். எனது மூதாதையர்களில் ஒருவரும் படித்திருக்கவில்லை. ஆகவே கதைகள் கேட்பதோ, கதை சொல்வதிலோ நாங்கள் ஆர்வம் கொண்டதேயில்லை.

அப்போது துசிடஸ் என்ற எங்கள் முயல் எங்கள் இனத்தின் தலைவனாக இருந்தது. அதனிடம் ஒருநாள் ஒரு குரங்கு இந்தக் கதையைச் சொல்லி முயல்கள் வீண் பெருமை பேசும் சோம்பேறிகள். அவை ஆமையிடம் கூட தோற்றுவிட்டன' என்று கேலி செய்திருக்கிறது. அதாவது ஒருபோதும் நடக்கவே நடக்காத அந்த சம்பவத்தைக் கதையாகச் சொல்லியிருக்கிறது. அதைக் கேட்ட துசிடஸ், இப்படி எங்காவது நடந்ததா என்று ஆவேசத்துடன் கேட்டது. 'இல்லை, இது ஒரு கதை. இதை ஏதென்ஸ் நகரவாசிகள் பேசிக்கொள்கிறார்கள்' என்று சொன்னதும் துசிடஸ் அடைந்த அவமானத்திற்கு அளவேயில்லை. தனது மொத்த சமூகத்தை ஒரு கதை அவமானப்படுத்திவிட்டதே என்று ஆவேசமாகி, அது உடனே அதற்கான நியாயம் கேட்க வேண்டும் என்று முயல்களின் கூட்டத்தைத் திரட்டியது. ஈபோ காட்டின் எல்லா முயல்களும் ஒன்று திரண்டு இதற்கு எதிர்ப்புத் தெரிவித்தன. ஆனால் காட்டின் அரசனான சிங்கமோ இதுபோன்ற சில்லறைப் பிரச்சினைகளில் நாட்டம் கொள்ளவேயில்லை.

முடிவில் துசிடஸ் தானே அந்தக் கதையை உருவாக்கியவனை சந்தித்து நியாயம் கேட்கப் போவதாகச் சொல்லி ஏதென்ஸ் நோக்கிச் சென்றது.

அங்கே ஈசாப்பின் வீட்டைத் தேடிக் கண்டுபிடிப்பதில் பெரிய சிரமம் இருக்கவேயில்லை. ஈசாப் தனது சீடர்களுடன் அமர்ந்தபடியே ஒரு கதைப்பாடலைப் பாடிக்கொண்டிருந்தார். துசிடஸ் தயங்கி தயங்கி நின்றுகொண்டேயிருந்தது. ஈசாப்பின் சீடர்களில் ஒருவன் ஒரு முயல் தங்களைக் காண காத்திருக்கிறது என்ற தகவலைச் சொன்னான். உடனே ஈசாப் புன்முறுவலோடு அதைத் தன் அருகாமையில் அழைத்து வரும்படி சொன்னார். துசிடஸ் ஈசாப் முன்வந்து நின்றபோது வயதாகி, பார்வையிழந்து போன ஒரு மனிதரைக் கண்டது. அதுதான் ஈசபா? அது தன் குரலை உயர்த்தி உங்களது நீதிக்கதை வரிசையில் உள்ள முயல் — ஆமை கதையைப் பற்றி விவாதிக்க வந்திருக்கிறேன்' என்றது.

ஈசாப் அதன் கோபத்தைப் புரிந்து கொண்டது போல 'அந்தக் கதை உங்களுக்கு பிடிக்கவில்லையா?' என்று கேட்டார். உடனே துசிடஸ் என்ற முயல் மகா அறிவாளியான ஈசாப்பே, நீங்களே இப்படி எங்களை அவமதிக்கலாமா? ஏன் உங்கள் முட்டாள்தனத்தை எங்கள் மீது காட்டுகிறீர்கள்? உங்களுக்கு எங்கள் ஓட்டத்தின் மீது உண்மையாகச் சந்தேகமிருந்தால்

இதே நகரில் பந்தயம் நடத்திக்காட்டுங்கள். நாங்கள் தோற்றுப் போனால் இந்தக் கதையை அனுமதிக்கிறோம் என்றது.

ஈசாப், அது ஒரு வேடிக்கை கதை. அதை ஏன் இவ்வளவு பிரச்சினையாக எடுத்துக்கொள்கிறாய்' என்றார். உடனே முயல், 'ஒரு இனத்தைக் கதையின் வழியாக அவமதிப்பதை எப்படி விளையாட்டாக விட்டுவிட முடியும். இந்தக் கதை கானகம் வரை வந்துவிட்டது. அங்குள்ள ஒரு குரங்கு கூட எங்களை மதிக்க மறுக்கிறது. இதற்கான மாற்றுக் கதையை நீங்கள் உடனே எழுத வேண்டும்' என்றது.

அவர் சிரித்தபடியே என்ன மாற்றுகதை என்ற கேட்டார். 'நீங்கள் ஆமையின் பக்கம் சாய்ந்து கொண்டு எழுதியதற்கு மாற்றாக, அதே கதையை விரிவுபடுத்தி அதே முயலுக்கும் ஆமைக்கும் மறுபடியும் போட்டி நடந்தது. அதில் ஆமையை முயல் பலமைல் தூர வித்தியாசத்தில் ஜெயித்துக் காட்டியது என்று மாற்றுங்கள்' என்றது.

அவர் சிரிப்போடு 'அந்த முயல் ஒரு உருவகம். அது உங்களைக் குறிக்கவில்லை என்றார். பின்பு 'முயல் யார்' என்றதும் 'அது ஆணை குறிக்கக்கூடியது. பெண்கள் ஆமையைக் குறிக்கிறார்கள். ஆணுக்கும் பெண்ணுக்கும் நடக்கும் போட்டியது. அதில் பெண்களே ஜெயிக்கிறார்கள் என்றுதான் பொருள்பட எழுதியிருந்தேன்' என்றார். முயல் 'இது சுத்தப் பொய். எழுத்தாளர்களால் பொய்யை உண்மை போல மாற்றிவிட முடியும். நீங்கள் மறுகதையை உருவாக்கும் வரை நாங்கள் உங்களை மன்னிக்க போவதேயில்லை என்றது.

ஈசாப் இந்த நெருக்கடியை சந்திக்க வழி தெரியாமல் 'முயல் பற்றிப் புதிதாக ஒரு கதை சொல்லட்டுமா' என்று கேட்டார். துசிடஸ் அதை ஏற்றுக்கொள்ளவில்லை. முயல்கள் ஒருபோதும் தோற்கக்கூடியதில்லை என்பதை நீங்கள் கதையில் சொல்லியே ஆக வேண்டும்' என்றது. ஈசாப் மறுகதையை உருவாக்க அவகாசம் கேட்டார்.

அன்றிலிருந்து அதே முயல் ஏதென்ஸிற்கு ஒவ்வொரு வாரமும் விடுமுறை நாளில் வந்து ஈசாப்பிடம், 'தனக்கானக் கதை என்னவானது' என்று கேட்கத் துவங்கியது. ஈசாப் மறுகதையை எழுதவேயில்லை.

ஆனால் கிரேக்கத்து முயல்கள் இந்தப் பிரச்சினையை விட்டுவிடாமல் மன்னரின் பார்வைக்குக் கொண்டு

செல்ல முயற்சித்தன. அதில் தோல்வியே அடைந்தன. இதற்குள் ஈசாப்பும் இறந்து போனார். துசிடஸ் கிரேக்கத்தின் சோபாளிக்ஸ், யூரிப்டிஸ் என ஒவ்வொரு எழுத்தாளன் வீட்டுக் கதவையும் தட்டி இதற்கான நியாயம் கேட்டது. எழுத்தாளர்கள் ஏன் ஆமையின் பக்கமே நிற்கிறார்கள் என்று அதனால் புரிந்து கொள்ள முடியவேயில்லை. துசிடஸ்சும் இறந்து போனது. ஆனால் இந்தப் பிரச்சினையை முயல்களின் வம்சம் கைவிடவேயில்லை. கிரேக்கத்தில் பிறக்கும் ஒவ்வொரு முயலும் இந்தக் கதையால் தங்கள் மீது படிந்த கறையைத் துடைக்க தன்னால் ஆனதைச் செய்வேன் என்று சபதம் செய்தது.

சொன்னால் நம்பமாட்டீர்கள். இதற்காக அவை ஒரு எழுத்தாளனை விலைக்கு வாங்கி ஒரு புதிய கதையை உருவாக்கக்கூட முனைந்தன. ஆனால் அந்த கதையைக் மக்கள் ஏற்றுக்கொள்ளவேயில்லை. துசிடஸ் இனத்தின் முயல்கள் உலகெங்கும் நியாயம் கேட்கச் சென்றன. அப்படி ஒரு முயல் அரிஸ்டோபோன் என்ற கவியின் வீட்டில் போய், நீங்கள் ஈசாப்பைத் தொகுத்து எழுதும்போதாவது இந்தக் கதையை மாற்றி எழுதிவிடுங்கள் என்ற கோரிக்கையை வைத்தான். அதிலும் வெற்றி பெறவில்லை.

தங்களது தீராத குறையோடு அந்த முயல்கள் ஷேக்ஸ்பியரைச் சந்தித்து கண்ணீர்விட்டன. அவர் முயல்களுக்காக ஒரு நாடகம் எழுதித் தருவதாக வாக்கு தந்தார். ஆனால் முயல்களின் துரதிருஷ்டம், ஷேக்ஸ்பியரின் மீது இங்கிலாந்து அரசிற்குக் கோபமாகி அவர்மீது விசாரணை நடக்க வேண்டும் என்ற சூல்நிலை உருவானது. அவர் முயல்களின் கோரிக்கையை ஏற்றுக்கொள்ளவேயில்லை.

முயல்கள் கவி தாந்தேயின் வீட்டுக் கதவைத் தட்டித் தங்களைக் கதை எழுதி அவமானப்படுத்திவிட்டார்கள். நீங்கள் அதன் பதிலடி போன்ற கவிதை எழுதி எங்களை ரட்சிக்க வேண்டும் என்றன. அவரோ மனசோர்வும் நோய்மையும் கொண்டிருந்தார். ‘உங்களைக் கட்டாயம் நரகத்தைப் பற்றி எழுதும்போது குறிப்பிடுகிறேன்’ என்று சொன்னார். ஏமாற்றத்துடன் அவை திரும்பிவிட்டன. இப்படி விக்டர் க்யூகோ, டிக்கன்ஸ், பால் சாக், ஸ்டெந்தால், டால்ஸ்டாய், மாப்பசான், பிளாபெர்ட் என்று உன்னத எழுத்தாளர்கள் அத்தனை பேரையும் சந்தித்து முறையிட்டது. ஒருவர்கூட முயல்களின் மீது கருணை கொள்ளவேயில்லை.

ஆனாலும் முயல்கள் தன் முயற்சியை கைவிடவில்லை. கிரேக்கத்தில் இருந்து துசிடஸ் வம்சத்து முயல் ஒன்று அர்ஜென்டினாவில் வாழும் போர்ஹேயைச் சந்திக்கச் சென்றது. அவர் அந்த முயலைத் தன்னுடன் தேசிய நூலகத்திற்கு அழைத்துச் சென்றார். உலகில் இதுவரை 96 விதமான கற்பனை முயல்கள் உருவாக்கப்பட்டிருக்கின்றன. இவற்றில் ஒன்றுகூட நிஜ உலகில் இல்லை. இவை சொற்களில் உண்டான முயல்கள். மக்கள் சொற்களை நிஜத்தோடு பொருத்திக் கொண்டுவிடுகிறார்கள். அது அவர்களின் பிரச்சினை என்று போர்ஹே சொன்னார்.

தான் சந்தித்த எழுத்தாளர்களில் போர்ஹேயிடம் மட்டுமே முயல்கள் நெருக்கமாக உணர்ந்தன. அவர் 'முயலுக்கும் ஆமைக்கும் நடைபெற்ற பந்தயம் ஒரு கணிதப்புதிர். இந்த புதிரில் ஒரு புள்ளியில் ஆமை இருக்கிறது. மற்றொரு புள்ளியில் முயல் இருக்கிறது. இந்த இடைவெளியில் எண்ணிக்கையற்ற ஆமைகள், எண்ணிக்கையற்ற முயல்கள் இருப்பதை நாம் அறியவேயில்லை. இரண்டின் இடைப்பட்ட தூரத்தில் எண்ணிக்கையற்ற முயல்களும் எண்ணிக்கையற்ற வெற்றி தோல்விகளும் இருக்கின்றன.

இதில் எந்த வெற்றியை ஈசாப் குறிப்பிடுகிறார். உண்மையில் முயல்கள் அடைந்த தோல்வி ஒரு தோல்வியில்லை. அது குறைவான வெற்றியைப் பெற்றிருக்கிறது. ஆமை அதிகமான வெற்றியைப் பெற்றிருக்கிறது. முயல்கள் அடுத்த நிகழ்வில் அதிகமான வெற்றியைப் பெறக்கூடும். உலகம் எண்ணிக்கையற்ற சாத்தியங்களின் மீதுதான் நகர்கிறது. யோசித்துப் பாருங்கள். முயல்கள் ஓடத்துவங்கியபோது பிரபஞ்சத்தில் ஏற்பட்ட மாற்றங்கள் எத்தனை. அதில் எத்தனையோ உயிர்கள் பிறந்தும் இறந்தும் உருமாறியிருக்கக்கூடும் அல்லவா.

பிரபஞ்சத்தின் இயக்கத்தில் இந்தப் போட்டி என்பது 'வெறும் மாதிரியே' என்றபடியே அவர் பேசிக் கொண்டே போனார். முயல்கள் அவரால் தங்களுக்கான கதையை எழுதிவிட முடியும் என்று நம்பின. போர்ஹே புன்சிரிப்போடு முயல்கள் ஓடும் போது அதன் நிழல்கள் கூடவே ஓடுமா அல்லது அதை முந்திக்கொண்டு ஓடுமா என்று கேட்டார். முயல்கள் சிரித்தன. என்றால் ஒவ்வொரு முறை முயல் ஓடும்போதும் அதை முந்திக்கொண்டு ஓடுவது அதன் நிழல்கள்தானில்லையா என்று சொல்லிப் பலமாக சிரித்தார்.

முயல்கள் இவர் ஈசாப்பிற்கு மாற்றாகக் கதையை எழுதித் தங்களை காப்பாற்றிவிட முடியும் என்று உறுதியாக நம்பின. அவர் முயல்களைப் பற்றிய கதையை எழுதுவதற்கு இன்னும் கூடுதலாக வாசிக்க வேண்டும் என்று அவகாசம் கேட்டுக் கொண்டார். அர்ஜென்டினாவின் தேசிய நூலகத்தின் வெளியே இதனால் எப்போதுமே ஒரு முயல் காத்துக் கொண்டேயிருந்தது. தினசரி போர்ஹே நூலகத்திற்கு வரும்போது அது வணக்கம் சொன்னது. அவர் தனியாக இருக்கும் நேரங்களில் தங்களுக்கான கதையை எழுதும்படியாக நினைவூட்டின.

'காலம் இரக்கமற்றது என்பதற்கு போர்ஹேயின் மரணமே சாட்சி' என்றன முயல்கள். அன்றிலிருந்து முயல்கள் இந்த முயற்சியில் அறிந்த, அறியாத எழுத்தாளர்கள் அத்தனை பேரின் வீட்டுக் கதவையும் தட்டிக்கொண்டிருக்கின்றன. "நானும் துசிடஸ் வம்சத்து முயல் தான். அதனால்தான் உங்களைத் தேடி வந்திருக்கிறேன். இப்போதாவது எங்கள் கோரிக்கையின் நியாயம் புரிகிறதா" என்றது முயல்.

என்னால் நம்பவே முடியவில்லை. நிச்சயம் இது ஒரு அநியாயம்தான். ஆனால் நீதிக்காக இத்தனை ஆயிரம் வருடங்கள் முயல்கள் தொடர்ந்து அலைந்து கொண்டிருப்பதை அறிந்தவுடன் எனக்கு அவற்றின் மீது துக்கமாக வந்தது. நான் அந்த முயலிடம் "கதைகள் காலத்தில் ஊறி வளர்ந்து விட்டால் அதை மாற்றுவது எளிதில்லையே" என்றேன். அந்த முயல் ஆத்திரத்துடன் "அப்படியில்லை, கதைகள் தங்களைப் புதுப்பித்துக்கொண்டேயிருக்கக்கூடியவை" என்றன.

"ஈசாப்பிற்கு மாற்றான கதையை என்னால் எழுத முடியாது. ஒருவேளை எழுதித் தந்தாலும் அவை எளிதில் வெற்றி பெற முடியாது. ஆயிரம் ஆண்டுக் கதையை உருமாற்றுவது சுலபமில்லை" என்று பணிவோடு சொன்னேன். முயல் ஆத்திரமானது. அப்படியானால் என்னதான் இதற்குத் தீர்வு என்றது.

நான் மௌனமாக இருந்தேன். "யாரையாவது நீங்கள் சிபாரிசு செய்ய முடியுமா" என்று கேட்டது. நான் சிலரது பெயரைச் சொன்னேன். முயல் அதில் அக்கறை காட்டவேயில்லை. முடிவில் முயல் சொன்னது. "மனிதர்கள் தங்கள் இயலாமையைக் கதையாக்கிக் கொள்கிறார்கள்.

எஸ்.ராமகிருஷ்ணன்

முயல்கள் ஒருபோதும் அப்படி கதை சொல்வதுமில்லை. கேட்பதுமில்லை. இவ்வளவு நேரம் எங்களது பிரச்சினையைக் கேட்டதற்காக நன்றி தெரிவித்துக்கொள்கிறேன். நான் சந்திக்க வேண்டிய இன்னொரு எழுத்தாளர் மும்பையில் இருக்கிறார். அவரைச் சந்திக்க இரவே புறப்பட வேண்டும். உங்கள் குழந்தைகளுக்காக இதைத் தந்துவிடுங்கள்" என்று அது தன் பையில் இருந்து ஒரு சிவப்பு நிறப் பழத்தை எடுத்து தந்தது. பின்பு விடுவிடுவென அது பேருந்து நிலையம் நோக்கிச் செல்ல ஆரம்பித்தது.

கதையால் அவமதிப்பு அடைவது வாழ்வில் அடைவதை விடவும் அதிக துயரமானது. வலி நிரம்பியதுதான். இதற்கு மாற்றை உருவாக்கி அது மக்கள் மனதில் பதிந்து என்றைக்கு முயல்கள் தங்கள் நியாயத்தை அடைவது எப்படியென்று தெரியவில்லை. ஆனால் அந்த முயலுக்கு உதவ முடியாத என் இயலாமை மீது எனக்கு ஆத்திரமாக வந்தது. அன்று தான் என் வாழ்க்கையில் ஒரு எழுத்தாளனாக நான் அதிக பட்ச துயரத்தையும் வலியையும் அடைந்தேன்.

படசாரா காத்திருக்கிறான்

மணிகர் என்ற ஹம்சாவதி ஆற்றின் கரையில் உள்ள நகரினை படசாரா ஆண்டுவந்தான். அந்த ஆற்றின் வடகிழக்கில் நிப்பா என்ற பெரிய ஆரண்யம் ஒன்றிருந்தது. அங்கே சிலந்திவலை போல மரங்கள் ஒன்றோடு ஒன்று இணைந்து ஒன்று சேர்ந்திருந்தன. ஆகவே அதைக் கடந்து செல்வது ஒரு சவாலாக இருந்தது. அந்த வனத்தைப் பற்றி எண்ணிக்கையற்ற கதைகள் இருந்தன.

வனத்தின் ஊடாகத் திருமணம் ஒன்றிற்காக மணப் பெண்ணை அழைத்துச் சென்ற காணீகுல் கூட்டம் ஒன்று வெளியேற வழி தெரியாமல் பல ஆண்டுகள் காட்டின் உள்ளாகவே அலைந்து திரிந்தனர் என்றும் அந்த மணப்பெண் வயதாகிக் காட்டின் உள்ளேயே செத்துப் போனாள் என்றும் அவளது சகோதரர்கள் இருவர் முதிர்ந்து பழுத்த இலை போலாகி காட்டிலிருந்து எப்படியோ வெளியே வந்து சேர்ந்தனர். ஆனால் சாகும்வரை அவர்கள் யாரோடும் ஒரு வார்த்தை பேசாமல் கண்ணீர் வடித்தபடியே இருந்தனர் என்றும் மக்கள் சொன்னார்கள்.

அந்தக் காட்டின் உள்ளே ஒரு பறவை கூட கிடையாது. மிருகங்களும் சப்தமிடுவது கிடையாது. அங்குள்ள குகையொன்றில் கெஷா என்ற திருடனும் அவனது பிள்ளைகளும் வாழ்ந்து வருகிறார்கள் எனவும், அந்தக் காட்டில் விபாசி என்ற பௌத்த பிக்கு ஒருவன் பல ஆண்டுகாலமாக

ஒரே மரத்தடியில் உட்கார்ந்து ஆகாசத்தைப் பார்த்தபடியே இருப்பதாகவும் கதைகள் சொல்லப்பட்டன. இந்தக் கதைகளை நம்பாத சிலர் ஆரண்யத்தைக் கடந்து செல்ல முயன்று வெளிவராமல் இறந்து போயிருக்கிறார்கள். அன்றிலிருந்து சிராவதிக்குச் செல்லும் மக்கள் காட்டினை விலக்கியே கடந்து போயினர். வனத்தில் எவரும் நுழைந்துவிடாதபடியே இரண்டு பக்கமும் காவல் வீரர்கள் தடுப்பு அரணிட்டுக் காவல் புரிந்து வந்தனர்.

படசாராவின் அரண்மனைக்கு ஒருநாள் சீஹா என்ற முதிய பிக்குணி அவரைக் காண வந்திருந்தாள். படசாரா அவளை வரவேற்று அருள் உரைகள் அருளுமாறு கேட்டுக் கொண்டார். அவளோ தான் நிப்பா வனத்தின் உள்ளே போக விரும்புவதாகவும் படசாராவின் வீரர்கள் அதைத் தடுத்து நிறுத்திவிட்டதாகவும் சொன்னாள்.

"அந்தக் காட்டின் உள்ளே சென்றவர் எவரும் வெளியே திரும்பியதேயில்லை. எதற்காக அங்கே போக விரும்புகிறீர்கள்?" என்று படசாரா கேட்டான்.

அதற்கு சீஹா என்ற பிக்குணி, வனத்தின் உள்ளே விபாசி என்ற துறவியைத் தரிசனம் செய்வதற்காக தான் அவசியம் போயே ஆக வேண்டும் என்றாள். "விபாசி எதற்காக அந்த ஆரண்யத்தில் இருக்கிறார்" என்று படசாரா கேட்டான். அதற்கு சீஹா என்ற பிக்குணி, அங்கே இரண்டு விருட்சங்கள் இருக்கின்றன. தோற்றத்தில் ஒன்றுபோல் உள்ள அந்த இரண்டு மரங்களும் மிக உயரமானவை. இரண்டும் புத்தர் பிறந்த அதே நாளில் உலகில் தோன்றியவை. அவரது வாழ்நாள் முழுவதும் அவை கூடவே வளர்ந்திருக்கின்றன.

அதன் உயரம் இப்போது இருபத்தியொன்பதாயிரத்து இருநூற்று இருபது அடிகள். அதாவது புத்தரின் மொத்த வாழ்நாள்களின் எண்ணிக்கையும் அதன் உயரமும் ஒன்று. இந்த இரண்டு விருட்சத்தில் ஒன்றின் உயரத்தில் ஏறி நின்றால் சொர்க்கத்தைக் காண முடியும் என்றும் இன்னொரு விருட்சத்தில் ஏறினால் நரகம் தென்படும் என்றும் நம்பிக்கையிருக்கிறது. ஆனால் எந்த மரத்தில் ஏறினால் சொர்க்கம் தெரியும். எதில் ஏறினால் நரகம் தெரியும் என்று மரங்களைப் பார்த்து எந்த அடையாளமும் தெரிந்து கொள்ள முடியாது. ஏறி உச்சியை அடைந்தால் மட்டுமே அறிய

முடியும். ஆனால் அப்படி மரமேறிய எவரும் இதுவரை கீழே வரவேயில்லை” என்றாள்.

படசாராவால் நம்பவே முடியவில்லை. சொர்க்கம், நரகம் எப்படியிருக்கும் என்று உயிரோடு இருந்தபடியே கண்ணால் பார்க்கமுடியுமா. அது நிஜமானதுதானா என்ற வியப்போடு, “அந்த மரத்தில் ஏறி விபாசி சொர்க்கம் — நரகம் இரண்டையும் கண்டிருக்கிறாரா” என்று கேட்டார். சீஹா என்ற பிக்குணி. ஆமாம். அதன் பொருட்டே தான் அந்த வனத்தினுள் போய் அந்த மகானைத் தரிசிக்க விரும்புவதாகச் சொன்னாள்.

படசாரா தானும் அவளுடன் வருவதாகச் சொல்லி உடனே ஏற்பாடுகளைத் துவங்க ஆணையிட்டான். பிக்குணி அதை மறுத்து படைபட்டாளங்களுடன் நுழைந்தால் காட்டின் அமைதி கெட்டுவிடும். ஆகவே படசாரா விரும்பினால் அவனை மட்டுமே தான் அழைத்துப் போக முடியும் என்றாள். படசாரா அன்றிரவெல்லாம் யோசித்தான். மறுநாள் காலை அரசப் பொறுப்பை அவனது தம்பி நிகுந்தனிடம் ஒப்படைத்துவிட்டு சீஹாவுடன் வனத்தை நோக்கிப் புறப்பட்டான்.

மன்னர் எதற்காகத் திடீரென கானகம் செல்கிறார் என்று எவருக்குமே புரியவில்லை. படசாரா இதைப்பற்றி தனது மனைவி பிள்ளைகளிடம் கூட சொல்லிக்கொள்ளவில்லை. அவர்கள் நிப்பான வனத்தினை அடைந்தபோது இரவு துவங்கியிருந்தது. படசாரா “வனமுகப்பில் உள்ள ஒரு இடிந்த மடாலயம் ஒன்றில் தங்கிப் போகலாம்” என்றான்.

பிக்குணியோ “வனத்தை இரவில் கடப்பது எளிதானது” என்று சொல்லி அவனை உள்ளே அழைத்துக்கொண்டு போனாள்.

அவர்கள் வடகிழக்குத் திசையில் நடக்கத் துவங்கினார்கள். ஆகாசத்தில் அன்று நிறைய நட்சத்திரங்கள். அவையும் அவர்கள் கூடவே காட்டிற்குள் வந்து கொண்டிருந்தன. இருள் நீரலைபோல அவர்கள் முன்னால் ததும்பிப் போய்க் கொண்டிருந்தது. விடிகாலை வரை அவர்கள் மெதுவாகவே நடந்தனர். விடிகாலையில் வனம் விழித்துக்கொண்டது. காட்சிகள் மாறத்துவங்கின படசாரா தன் முன்னே சென்று கொண்டிருக்கும் பிக்குணியைப் பார்த்தான். அவளுக்குத் தன் தாயின் வயதை விட அதிகமிருக்கக்கூடும். ஆனால் ஓய்வு

எடுக்காமல் நடந்து அலைந்து கொண்டேயிருக்கிறாள் என்று வியந்தபடியே அவள் பின்னாடி நடந்தான்.

ஆறு நாட்கள் அவர்கள் காட்டின் உள்ளாகவே நடந்து திரிந்தனர். "மிக உயரமான மரம் என்றால் அது தொலைவில் இருந்தாலும் தெரிந்துவிடும்தானே" என்று படசாரா கேட்டான். பிக்குணி பதில் பேசாமல் நடந்தாள். அவர்கள் இறந்து கிடந்த மனித எலும்புகளைக் கடந்து காட்டின் உள்புறத்திற்குள் நடந்தனர்.

காடு மிக அமைதியாக இருந்தது. காய்ந்துபோன இலைகள் ஒன்றைக்கூட காணவில்லை. வேறு எந்த வனத்திலும் காணமுடியாதபடி ஈரமும் பசுமையும் அடர்ந்து போயிருந்தது. படசாரா பாறைகளின் மீதேறி இறங்கி நடந்து கொண்டிருந்தான். கோடைகாலம் முழுவதும் அவர்கள் நடந்து கொண்டேயிருந்தனர். காட்டுப்பழங்களைப் பிடுங்கி தின்ற படியும். ஆங்காங்கே பாறைகளில் படுத்து உறங்கி விழித்து நடந்தபடியே இருந்தனர். காற்றுதான் காட்டை ஆள்கிறது என்பதை படசாரா சில நாட்களில் புரிந்துகொண்டு விட்டான்.

படசாராவிற்கு ஆரம்ப நாட்களில் இருந்த ஆசையும் உத்வேகமும் மெல்ல வடிந்து போகத் துவங்கியது. அவன் எரிச்சலோடு, "நிஜமாகவே விபாசி என்ற துறவி இருக்கிறானா" என்று கேட்டான். பிக்குணி அதற்கும் பதில் சொல்லவேயில்லை. அவர்கள் திரும்பவும் நடந்துகொண்டேயிருந்தனர். காடு உருமாறிக்கொண்டேயிருப்பதை படசாரா பார்த்தான். உதிர்காலம் போய் மழைக்காலம் துவங்கியது. அவர்கள் உருவம் தளர்ந்து காட்டுவிலங்கின் சாயலைக் கொண்டிருந்தது. ஆரம்ப நாட்களில் வழியெல்லாம் படசாரா பேசிக்கொண்டே வந்தான். இப்போது அவன் பேசுவதேயில்லை.

மகா மௌனத்துடன் அவன் கண்கள் தரையைப் பார்த்தபடியே நடந்து வந்தன. அவர்கள் காற்று நுழைவதைப் போல மிக இயல்பாக காட்டினுள் சென்றுகொண்டிருந்தனர். காட்டுக் கொடிகள், முறிந்த விருட்சங்களைக் கடந்து முன் சென்றனர். மழை பகலிரவாகப் பெய்யத் துவங்கியது.

மழையில் அவர்கள் ஒதுங்கிக்கொள்ளவேயில்லை. நடந்தபடியே இருந்தனர். காட்டில் பெய்யும் மழை உரத்தது. அது பசி தாளாத ஒரு அசுரனைப் போல கத்தி ஓய்கிறது. ஈரமான உடலுடன் அவர்கள் மரங்களை தாண்டி, புதர்

பாதைகளில் ஏறி இறங்கி சிற்றோடைகளின் ஓரம் கடந்து சென்றனர். காடு நீண்டுகொண்டேயிருந்தது. முடிவில் மழைக்காலமும் நிறைவுற்றது.

காட்டில் பனி பெய்யத் துவங்கியது. கால் நரம்புகளைப் பனி சுண்டி இழுத்தது. கண்கள் உறைந்து போய்விட்டது போலிருந்தது. புருவம் நெறிகட்டியது போல வலித்தது. பாதிக் கண்களை மட்டுமே திறக்க முடிவது போல் வேதனை கொண்டது. எவர் கையோ அசைத்துச் செல்லும் துடுப்பென இயற்கை தன்னை முன் நடத்திக் கூட்டிப் போவதைப் போல படசாரா உணர்ந்தான். வழியில் ஒரு வண்ணத்துப் பூச்சி அவனை கடந்து போகையில் ஒரு நிமிசம் திரும்பிப் பார்த்துச் சென்றது. அது தன்னை நகைக்கிறதோ என படசாரா நினைத்தான்.

பனிக்காலத்தின் முடிவில் அவர்கள் யானைப்பாறையின் மீதேறியபோது தொலைவில் இரண்டு மகாவிருட்சங்களைக் கண்டனர். பிக்குணி நின்ற இடத்திலே மண்டியிட்டு வணங்கினாள். படசாராவால் நம்பமுடியவில்லை. அந்த மரங்கள் கண்ணில் அடங்காதபடியே உயர்ந்து சென்று கொண்டேயிருந்தன. அதில் ஏறி மேலே போனால் சொர்க்கத்திற்குள் நுழைந்துவிட முடியும் என்பது நிஜம்தான் என்று தொலைவிலே உணர்ந்தான். பிக்குணி புன்சிரிப்போடு படசாராவைப் பார்த்தாள். அதன் மூன்று நாள் நடைக்குப் பிறகு அவர்கள் அந்த இரண்டு விருட்சங்களின் அருகாமையை அடைந்தனர்.

அதை மரம் என்று சொல்லிச் சுருக்கிவிட முடியாது தான். அந்த மரத்தை ஒரு முறை சுற்றிவருவதற்கு ஒரு நாளாகிவிடும் போல அகன்று இருந்தது. கிளைகளே கண்ணில் தென்படவில்லை. பல ஆயிரம் வருடமாக அது வனத்தில் இருந்திருக்கக்கூடும். செம்பழுப்புநிறப் பட்டைகள் இறுக்கமடைந்து போயிருந்தன. அந்த இரண்டு மரங்களும் தோற்றத்தில் ஒன்றுபோலவே இருந்தன. அந்த மரத்திலிருந்து நறுமணம் கசிந்து வந்து கொண்டேயிருந்தது. விபாசி அண்ணாந்து பார்த்தபடியே இருந்தார். அந்த மரங்களின் சற்று தூரத்தில் இருந்த சரிவில் நீரோடை ஒன்று காணப்பட்டது. அங்கே ஓடிச்சென்று இறங்கி நின்று மரத்தை ஏறிட்டு பார்த்தான். அப்போதும் பாதி மரம் கூடத் தெரியவில்லை.

எஸ்.ராமகிருஷ்ணன்

அந்த மரங்களின் அடியில் அமர்ந்தபடியே வானை நோக்கியபடியே இருந்த அந்த முதிய துறவி அவர்களைத் திரும்பி பார்க்கவேயில்லை. படசாரா அதுதான் விபாசி என்று கண்டுகொண்டான். விபாசி முதிர்ந்து ஒரு விதை போலிருந்தார். உடல் சுருங்கியிருந்தது. தலைமயிர்கள் ஓட்டிப் போயிருந்தன. கை கால்கள் வளைந்து ஒடுங்கியிருந்தன. படசாரா அவர் முன்பாக மண்டியிட்டு வணக்கம் சொன்னான். விபாசி திரும்பவேயில்ல. பிக்குணி மணிமந்திரங்களைச் சொல்லி அவரை வணங்கித் தொழுதாள். "சீஹா, நீ வந்திருக்கிறாயா" என மிக மெல்லிய குரல் கேட்டது. அவள் தலையசைத்தாள். "உட்கார். இன்னும் சில நாட்களில் மரத்தில் இருந்து கெஷா இறங்கி வந்துவிடுவான். அடுத்த நிமிடம் நான் இந்த மரத்தின் மீதேறி சொர்க்கத்தை எட்டிப் பார்த்துவிடுவேன்" என்றார் விபாசி.

படசாராவால் நம்பமுடியவில்லை. இத்தனை ஆண்டு காலம் இந்த விருட்சங்களின் அடியில் காத்திருந்தும் அவர் இன்னமும் சொர்க்கத்தைக் காணவேயில்லையா? அவர் யாருக்காகக் காத்திருக்கிறார் என்று புரியாமல் அவரையே பார்த்துக்கொண்டிருந்தார். பிக்குணி தனது குருவைப் போலவே தானும் ஆகாசத்தை ஏறிட்டபடியே அருகில் உட்கார்ந்துகொண்டாள்.

படசாராவிற்கு உடனே அந்த மரங்களில் ஒன்றில் ஏறி மேலே போய்விட வேண்டும் என்று துடிப்பாக இருந்தது. ஆனால் பிக்குணி அவனைக் காத்திருக்கச் சொன்னாள். அந்த மரங்களின் அடியில் மூவரும் காத்துக்கொண்டேயிருந்தனர்.

பிக்குணியின் வழியாக படசாரா முன்பு நடந்த கதைகளை அறிந்து கொள்ள துவங்கினான். "விபாசியும் தன்னைப் போலவே இளைஞனாக இருந்த காலத்தில் இந்த வனத்திற்கு வந்திருக்கிறார். இரண்டு விருட்சங்களைத் தேடி அலைந்து கண்டுபிடித்தபோது எதில் ஏறினால் சொர்க்கத்திற்குப் போகலாம் என்று தெரியவில்லை. தன்னிடம் இருந்த ஓலைச்சுவடியின்படி எந்த மரத்தில் ஏறுகிறோமோ அந்த உலகிற்குள் நுழைந்துவிடுவோம். அங்கிருந்து பின்பு திரும்பி வரவே முடியாது என்ற உண்மை அவருக்கு நன்றாகப் புரிந்திருந்தது. இதுவரை அதில் ஏறிய யாரும் திரும்பி வரவேயில்லை. ஆகவே எப்படி சரியான மரத்தைக்

கண்டுபிடிப்பது என்று புரியாமல் அவர் மரங்களின் அடியில் உட்கார்ந்தபடியே யோசனை செய்து கொண்டிருந்தார்.

அப்போது ஒருநாள் காட்டில் ஒளிந்து வாழ்ந்து கொண்டிருந்த திருடனான கெஷா, மரம் வெட்டச் செல்லும் வழியில் அவரைக் காண வந்திருந்தான். தன்னைக் கண்டு அந்தத் துறவி பயம் கொள்ளவேயில்லை என்பது அவனுக்கு வியப்பாக இருந்தது. அவன் துறவியிடம், எதற்காக அவர் இந்த மரங்களின் அடியில் நாளும் பொழுதும் உட்கார்ந்து கொண்டேயிருக்கிறார் என்று கேட்டான்.

அதற்கு விபாசி இவை சொர்க்கம் — நரகம் இரண்டிற்கும் செல்லும் மரங்கள். இதில் ஏறிச் சென்றுவிட்டால் வான் உலகம் போய்விடலாம்' என்றார். 'சொர்க்கத்தில் என்ன இருக்கிறது' என்று கெஷா கேட்டான்.

சொர்க்கம் — நரகம் பற்றிக்கூட தெரியாமல் இருக்கிறானே என்று அவன் அறியாமையைக் கண்டு நகைத்த பிக்கு அவனிடம், 'நீ விரும்பிய அத்தனையும் சொர்க்கத்தில் இருக்கின்றன. பொண்ணும் பொருளும் மதுவும் மங்கையும் ஏன் இந்த மானிட வாழ்வில் உன்னால் அனுபவிக்க சாத் தியமே இல்லாத அத்தனையும் அங்கே கிடைக்கக்கூடும்' என்றார். உடனே கெஷா 'நரகத்தில் என்ன இருக்கிறது' என்று கேட்டான். 'அது இருண்ட உலகம். தண்டனையும் வலியுமே கிடைக்கும்' என்றார்.

'இந்த மரத்தில் ஏறி சொர்க்கத்தில் நுழைவது சரி. அங்கிருந்து இதே மரத்தின் வழியாக கீழே வர முடியுமா?' என்று கெஷா கேட்டான். உண்மையைச் சொல்ல விருப்பமற்று நிச்சயம் முடியும்' என்றார் பிக்கு. 'அப்படியானால் இப்போதே இந்த மரத்தில் ஏற துவங்கிவிடுகிறேன்' என்று சொன்னான்.

பிக்கு 'அவன் சொர்க்கத்தை எட்டிவிட்டால் இந்த எழுத்தாணியை மேல இருந்து கீழே வீசி எறி, நான் அடையாளம் கண்டுகொள்கிறேன். ஒருவேளை நீ நரகத்தை எட்டிவிட்டாலோ உனது கத்தியைக் கீழே தூக்கிப் போடு. நான் புரிந்து கொள்கிறேன்' என்றார்.

திருடன் அந்த மரங்களைப் பார்த்தபடியே யோசனை செய்தான். விபாசி உனக்கு பயமாக இருக்கிறதா' என்று கேட்டார். அதற்குத் திருடன் 'பயமில்லை. உன்னை

பற்றி யோசித்துக்கொண்டிருந்தேன். ஒருவேளை இது பொய்யாக இருந்தால் நான் கீழே இறங்கியதும் உன்னைக் கொன்றுவிடுவேன். சம்மதமா?' என்று கேட்டான். விபாசி சம்மதம் தெரிவித்தார்.

திருடன் உடனே தனது மரம் வெட்டும் கோடாரியை அங்கேயே வைத்துவிட்டு இடப்புறம் இருந்த மரத்தில் விடுவிடுவென ஏறத் துவங்கினான். இன்று வரை அவன் கீழே வரவேயில்லை. அந்த மரத்தில் இருந்து எழுத் தாணியோ, கத்தியோ கீழே விழவேயில்லை. கெஷாவிற்கு என்ன ஆனது என்று விபாசிக்குப் புரியவில்லை. ஒருவேளை இன்னமும் அவன் மரமேறிக்கொண்டேயிருக்கிறானோ என்னவோ' என்றாள் பிக்குணி.

படசாராவால் நம்பமுடியவில்லை. ஆனால் திருடன் விட்டுச் சென்ற கோடாரி வெளிறிப்போய், முனைமழுங்கி அதே இடத்தில் அப்படியே இருந்தது. "திருடனைத் தேடி அவன் மனைவி பிள்ளைகள் வரவில்லையா" என்று படசாரா கேட்டான். அவர்களுக்குத் திருடன் சொர்க்கத்தைத் தேடிச் சென்றது தெரியாது" என்றாள் பிக்குணி.

விபாசி அண்ணாந்து பார்த்தபடியே இருந்தார். எந்த நேரமும் வானில் இருந்து கத்தியோ, எழுத்தாணியோ கீழே விழுந்துவிடும். உடனே தாம் சொர்க்கத்தை நோக்கி ஏறத் துவங்கிவிடலாம் என்ற நம்பிக்கை அவரது கண்களில் ஒளிர்ந்து கொண்டிருந்தது.

படசாராவும் அதன்பிறகு காத்திருக்கத் துவங்கினான். அவர்கள் மூவரும், மரத்தின் அடியில் அமர்ந்தபடியே ஆகாசத்தை ஏறிட்டுக்கொண்டிருந்தனர். வானில் இருந்து எந்த அதிசயமும் வரவேயில்லை. இப்படிக் காத்திருப்பதற்கு பதிலாகத் தானே ஒரு மரத்தில் ஏறிப் பார்த்துவிட்டால் என்னவென ஒரு நாள் வலப்புறம் இருந்த மரத்தில் ஆத்திரத்துடன் ஏறத்துவங்கினான் படசாரா. ஆனால் கொஞ்ச உயரத்தின் பிறகு அவனுக்குப் பயம் பிடித்துக்கொண்டது. ஒருவேளை இந்த மரம் தன்னை நரகத்தில் கொண்டு போய்விட்டுவிட்டால் என்ன செய்வது.

அச்சத்தில் மரத்தில் இருந்து அப்படியே தாவிக் கிழே. குதித்தான். முழங்காலில் நல்ல அடி. முதுகும் பாறையில் பட்டு வலித்தது. ஒருவார காலம் படுத்தே கிடந்தான்.

அந்த விருட்சங்களை காற்றுகூட நெருங்குவதில்லை. அவர்கள் காத்துக்கொண்டேயிருந்தனர். விபாசியின் கண்கள் ஒரு சிறுவனைப் போல ஏக்கத்துடன் இருப்பதை பிக்குணி கவனித்தாள். எத்தனையோ ஆண்டுகாலம் அங்கேயே காத்துக்கிடக்கிறார். இன்னமும் வானில் இருந்து அழைப்பு வரவேயில்லை. மீண்டும் கோடையும் உதிர்காலமும் மழையும் பனியும் அவர்களைக் கடந்து போனது.

நிப்பா வனத்திற்குள் சென்ற அரசன் திரும்பி வரவேயில்லை என்பதற்காக நாட்டுமக்கள் துக்கம் அனுஷ்டித்தனர். படசாராவின் மனைவியும் பிள்ளைகளும் அழுது தீர்த்தனர். பின்பு அவர்களும் அவனை மறந்து வாழத் துவங்கினர்.

நீண்ட பல வருடங்களின் பிறகு ஒருநாள் காலை படசாரா நீரோடையில் இருந்து தாமரை இலைகளில் தண்ணீர் அள்ளிக்கொண்டுவரும்போது விபாசி அண்ணாந்து பார்த்தபடியே இறந்து கிடந்ததை கண்டான். அவரை அதே விருட்சத்தின் அடியில் புதைத்து வைத்தனர். பின்பு பிக்குணியும் படசாராவும் மட்டுமே காத்துக்கிடந்தனர். அவர்கள் தங்களுக்குள் ஒரு சொல் கூட பேசிக்கொள்ளவேயில்லை. இரண்டு பாறைகள் அருகாமையில் உறைந்து கிடப்பதைப் போல அவர்கள் காத்திருந்தனர். முடிவில் ஒருநாள் பிக்குணியும் இறந்து போனாள்.

தனிமைப்பட்ட பாடசாரா அடர்ந்து சிக்கு பிடித்துப்போன தலைமயிருடன் காட்டுவிலங்கு ஒன்றைப் போல அந்த மரத்தின் அடியில் உட்கார்ந்து வானை நோக்கியபடியே இருந்தான். அவனுக்கும் வயதேறியது. காட்டுவாழ்வு மிக இனிமையாகவும் மிக கொடுந்துயராகவும் மாறிமாறி இருந்தது.

பின்பு ஒருநாள் இனியும் அங்கே காத்திருக்க முடியாது என்று அவன் விரக்தியுற்றான். சொர்க்கமோ நரகமோ, இரண்டுமே இந்தக் கானக வாழ்வில் கிடைக்காத எதையும் தந்துவிடப் போவதில்லை என்று உணர்ந்தான். காட்டில் இருந்து வெளியேறித் தனது நகருக்குச் சென்றுவிடுவது என்று அவன் அங்கிருந்து நடக்கத் துவங்கினான்.

மகாவிருட்சங்களை விட்டு விலகி நடந்து தட்டாம்பாறை மீது ஏறி நின்றபோது விருட்சங்கள் தனித்துத் தெரிந்தன. அப்போது வானில் இருந்து ஏதோவொரு பொருள் பூமியை நோக்கி விழுந்து கொண்டிருப்பது தெரிந்தது. என்ன அது,

எழுத்தாணியா இல்லை கத்தியா? விபாசி காத்திருந்தது போல திருடன் உச்சியைக் கண்டுவிட்டானா? ஓடிப்போய் அந்தப் பொருளைத் தேடி எடுத்துப் பார்க்க வேண்டும் போலிருந்தது. படசாரா அந்த மரத்தையே வெறித்துப் பார்த்துக்கொண்டிருந்தான். பிறகு அமைதியாகக் காட்டிலிருந்து வெளியேறி நடக்கும் பாதையில் மெதுவாக நடந்து செல்லத் துவங்கினான்.